విషయ సూచిక

అనుబంధము

*

శుద్ధపత్రము

పుట	పంక్తి	తప్పు	ఒప్పు
1	23	భృదికానితు	భృథికానితు
2	4	9 రాజులు	2 రాజులు
4	10	9	2
8	16	ఈ గ్రంథం	భారతీయ శకములనడి గ్రంథం
,,	,,	లోగడ	లోగల
24	19	76	4

[ప్రఖ్యాత చరిత్రవేత్తలగు మహా మహోపాధ్యాయ, కళా ప్రపూర్ణ శ్రీ చిలుకూరి నారాయణరావు పంతులుగారు యం.ఏ. పి. హెచ్. డి. యల్. టి., అనంతపురం, గారిచే వ్రాయబడినది.]

ఇంతవరకును భారతదేశ చరిత్ర నిర్మాణము పాశ్చాత్యుల వ్రాతల కనుకరణముగా మాత్రముండి అదియే మన విద్యాలయము లలో విద్యార్థులకు బోధింపబడుచుండుటచేతను, చరిత్రను బోధించు ఉపాధ్యాయులు చరిత్రను గ్రుడ్డిపాఠముగా బోధించుచుండుట చేతను తాము బోధించు విషయములనుగూర్చి తగిన విమర్శలేక గతానుగతిక ముగా చరిత్ర విద్యాబోధ సాగుచుండుటచేతను సత్యమైన దేశచరిత్ర మనకింకను లభింపలేదు. ఇంగ్లీషు డిగ్రీలను సంపాదించిన విద్యాధికులు తగిన పరిశీలనలేక వ్రాసిన పాఠ్యచరిత్ర గ్రంథములే ఉపాధ్యాయులకాశ్ర యములగుచున్నవి. భారతదేశ చరిత్రనుగూర్చిన పరిశోధనలలో విద్యా ధికులైనవారు వ్రాసిన వ్రాతలలో పరస్పరపొందిక కానవచ్చుటలేదు. ఇది యిట్లుండగా చరిత్ర నిర్మాణమునకు వలయు మూలగ్రంథములు, శాసనాదికములుగాక అనాదిగా సంప్రదాయసిద్ధముగా వచ్చుచున్న పురాణములమీఁద దృష్టిని పాశ్చాత్యులు గర్హించి యుండుటచే వానిపై మన వారికిని ప్రమాణదృష్టి తప్పినది. అయినను ప్రాచీన గ్రంథముల నామూలాగ్రముగా పరిశోధించి అందలి సత్యములకును యితరాధారము లకును సమన్వయమును కల్పించి సిద్ధాంతముల నేర్పరుపగల ధీశాలులు ఆంగ్ల విద్యాధికులు కాని వారు దేశమున లేకపోలేదు. అట్టి వారిలో ఆంధ్రులలో అగ్రస్థానమును వహింపగలవారు బెజవాడ వాస్తవ్యులు బ్రహ్మశ్రీ కోట వెంకటాచలం పంతులుగారు. వీరితో నాకుమూడేండ్ల నుండియు దగ్గర పరిచయమేగాక స్నేహముకూడ నేర్పడినది. భారతీయ విజ్ఞానము, భారతీయులచరిత్ర, భారతీయుల సాంప్రదాయములను గురిం చిన సత్యములను లోకమున కెరుకచేయ వీరు చేయుచున్న కృషి అపా రము, అగాధమునైనది. పౌరాణిక విజ్ఞానమునంతటిని అవలోడనముచేసి మనకు పాఠకులకు సులభముగా అవగాహన మగునట్లు శ్రీ వెంకటా చలంగారు వ్రాసిన కలికి విజ్ఞానము మూడుభాగములు, ఆంధ్రులెవరు? ఆర్యుల ధృవనివాసఖండనము, మానవసృష్టి విజ్ఞానము మొదలయిన గ్రంథములను చదివి ఆనందించగల భాగ్యము నాకు లభించినది.

శ్రీవెంకటాచలంగారు పర్గీటరు వ్రాసిన "The dynasties of the kali Age"అను గ్రంథములో తెలియక చేసిన పొరబాట్లనేకములను సవరించి పర్గీటరు తానాధారపడిన ఆ పురాణములనుండియే సరియైన భాగముల నుద్ధరించి చక్కగా వ్యాఖ్యానించి పర్గీటరుచేసిన ప్రమాదభూయిష్టములైన నిర్ణయములను సవరించి సత్యమును ప్రకటింపగలిగిరి. కలిశక విజ్ఞానమును సమస్తాంధ్రులును పఠించి తీరవలయునని నా అభిప్రాయము. అట్లే మనము నివసించు జంబూద్వీప విభాగ నిర్ణయంలో శ్రీవారు చేసిన నిర్ణయము సర్వథా శ్లాఘ్యముగా నున్నది. ఆంధ్రులెవరు? అను వ్యాసము యింతకు పూర్వము చరిత్రకారులందరును త్రొక్కిన త్రోవను ద్రొక్కక క్రొత్త దృక్పథమును వెల్లడించుచున్నది. ఆంధ్రుల నిజస్వరూప మిట్టిదని శ్రీ వెంకటాచలంగారి గ్రంథమున నిరూపించిరి. ధ్రువనివాస ఖండనమను గ్రంథము శ్రీ తిలక్ గారు రచించిన "The Arctic Home" అను ఇంగ్లీషు గ్రంథములోని విషయమునకు సప్రమాణమైన విమర్శనమై యున్నది. శ్రీ తిలక్ గారి గ్రంథములోని పాండిత్య విలంబనమునకు వేదవిజ్ఞానపు లోతు తెలియని హూణపండితులు ముగ్ధులై జేజేలు పెట్టుచుండ అది కాదని అనేక ప్రమాణములతో నిరూపింప సాహసించి నిలిచిన ధీరులింతవరకును శ్రీ వెంకటాచలం గారొక్కరే. "భారతీయశకము" లనెడి యీ గ్రంథము చరిత్ర నిర్మాణమున కత్యంతోపయుక్తమైనది. వివిధ శక కాలములలో యిదివరకుండిన పొరబాట్లను చూపుచూ సరియైన కాలనిర్ణయములు సప్రమాణముగా యిందు నిరూపింపబడినవి. లోకములో ప్రబలముగ వ్యాపించిన అసత్య సిద్ధాంతముల నరికట్టి సత్యచరిత్ర నిరూపణమునకు కంకణము కట్టిన శ్రీ వెంకటాచలంగారి పాండిత్య గౌరవ మసాధారణమైనదని చెప్పుట కెట్టి సందేహమునులేదు. ఈ ధోరణిలో శ్రీవారు వ్రాసిన గ్రంథము లెన్నియో గలవు. అవన్నియు నచిరకాలములో ప్రకటితములై ఆంధ్రులలో చరిత్ర విజ్ఞానవ్యాప్తికి తోడ్పడగలవని విశ్వసించుచున్నాను.

ఇట్లు,

చిలుకూరి నారాయణరావు వ్రాలు
మహామహోపాధ్యాయ, కళాప్రపూర్ణ,
M. A. P. H. D. L. T.

అనంతపురము,
14–10–1950.

WRITTEN BY :

M. R. Ry. R. SUBBA RAO PANTULU GARU,

M. A., L. T., M. E. S. (Retd.)

Hon. General Secretary,
Andhra Historical Research Society, Rajahmundry,
Author, History of Kalinga etc.,
Government Nominee, Madras Regional Indian Historical Records
Commission; Head of the Department of History and
Economics, Govt. Arts College, Rajamundry. (Retd.)

Manavasrishti Vijnanam or The Genesis of the Human Race
by Sri Kota venkatachelam Garu of Gandhinagar, Vijayawada, is a
work much-needed at the present moment when Research all-round
is advocated by one and all in our New Free India, wherein Western
ideas and theories propagated for over one and half centuries must
yield place to our traditional lore based rightly on our most ancient
and classical literature which has got to be read fully and interpreted
correctly for the benefit of the world. The author has also written
many more useful works on Arya Vijnanam.

Before writing about the abode of the Aryans and connected
problems, he has done rightly in interpreting the several theories
regarding God. His will or Maya or Prakriti and the body which is
determined by Prakritior Nature. The union of purusha and prakriti
and the process of creation and its age have been described in detail
and the theory of Evolution based on our Shastras has been compared
with certain theories put forward by Western scholars. The author
has done very well in examining the writings of certain foreign writers
and rejecting what is not supported by our Vedas and Shastras and
other works accepting those in consonance with them. The statistics
supplied are a welcome feature. The maps have enhanced the value
of the work and brought home to our minds the correct position. The
evidence of Geology noted by the learned author has received un-
expected support from recent discoveries made and reported. For
instance, Dr. B. N, Chopra, lately Offg. Director of Zoological
Survery of India discovered recently a living fossil in a well at Banares
and opines that its ancestors flourished in the Mesozoic period of
Earth's history over a hundred million years ago and its representati-
ves are found now in Australia, New Zealand, Tasmania, South

Africa etc., and its discovery in India proves the existence of Gondwana Land, when these countries along with South America and South Asia formed one big Southern land mass. Dr. Kennette E. Caster of Cincinatti University found fossils in rocks in South America of the Paleozoic Age states that and the opinions of scientists that they are only 250 millions of years old are to be revised as they are thought to have-existed more than 100 million years earlier, i. e, they must be more than 350 million years old. Based on the studies pursued by the Geologists, Aryavartha, according to the author, was the most ancient part of the Globe and it was inhabited at the end of the Azoic Age (i.e.) 195, 58, 85, 048 years ago. The Panchanga, based on Surya - Sidhanta, Vishnu Purana, Mahabharata, Manusmirti and Vedas must be fully and implicitly believed. The Maha Sankalpa and Nitya Sankalpa are devised to preserve our Age but we are neglecting them. Like the Veda which has come down to us from mouth to mouth, the Sankalpa has also enabled us to know the Age of Creation.

In Part II of the work, the Author has described in detail the Genesis of the Aryans and it behoves every one to read it carefully. "Aryavartha is the place of the first Creation and the Aryan is the first man Created". The origin of Vedas and Shastras was in Brahmavarta. The account of Brahmarshi-desa, Madhyadesa, Aryavartha, Yajneeyadesa or Bharata Varsha, Sapta - Sindhu and other regions is correctly given. The views of Western writers on the subjects are carefully examined. For instance, the purity of Aryan Race, the necessity for caste system, the relations between the Aryans and the Dasyus, the Ancient Geography given in the Puranas and other problems which or of great practical value to us now are all examined in the light of what Western scholars wrote on the same - and are very authoritative. Conclusions which are thought - provoking but just and true are given by this learned author who has devoted a large part of his life for classical studies, wide travels and scholarly discoveries. His books must find a place in every Library, School and College. They are well written in an easy and reasoning style and their price is amazingly small. The statistics and maps have enhanced its value and the printing and get-up are excellent. We heartily congratulate the Author.

(Sd.) R. SUBBA RAO.

ఆర్షవిద్యాభూషణ, ఉపన్యాసకేసరి,

శ్రీ జటావల్లభుల పురుషోత్తము, ఎం. ఏ.

[లెక్చరర్ యస్. ఆర్. ఆర్., సి. వి ఆర్. కాలేజి విజయవాడ] గారిచే

వ్రాయబడినది

సుమారు 196 కోట్ల సంవత్సరముల కాలములో విస్తరించియున్న భారతదేశచరిత్రమును 4000 సంవత్సరములలో నిముడ్చుటకు పాశ్చాత్య పండితులు ప్రయత్నించుటచే కలిగినయనర్థము వర్ణనాతీతము. దానివలన మనవేదములు నిన్నమొన్నటివైనవి, రామాయణ భారతాదులు కల్పిత గ్రంథములైనవి; పురాణములు కట్టుకథలైనవి; హెచ్. జి. వెల్సువంటి విద్వాంసుడుకూడ క్రీ॥ పూ॥ 6 వ శతాబ్దివాడైన బుద్ధునితోనే భారత దేశ నాగరకత ప్రారంభమాయెనని వ్రాయుట తటస్థించినది. అలెగ్జాండరు దండయాత్రతోనే భారతదేశమునకు యవనసంబంధము కల్గినదనియు, రామాయణ భారతాదులలో యవనులను గూర్చిన ప్రసంగము లన్నియు క్రీ॥ పూ॥ మూడవశతాబ్దికి తరువాతనే లిఖింపబడినవనియు విశ్వసింపబడజొచ్చెను; అశోకుడు యవనాది రాజులను తన శాసనములలో పేర్కొనుటచే నాతనికాలము అలెగ్జాండరునకు తరువాతి దనునది దృఢసిద్ధాంతమువలెనే స్థాపింపబడినది; ఆతని తాతయగు చంద్రగుప్త మౌర్యుడే అలెగ్జాండరును కలసికొన్న శాండ్రకోటస్ అని నిశ్చయింపబడెను.

ఈయవసిద్ధాంతముల నన్నిటిని ఖండించుచు యథార్థమైన భారత దేశచరిత్రను నిరూపించుచు **శ్రీ కోట వెంకటాచలముగారు** ఇదివఱకు 12 గ్రంథములను లిఖించియున్నారు. ఇది 13 వ గ్రంథము. ఇందు అశోకచక్రవర్తి కాలము క్రీస్తుకు పూర్వము 1472–1436 అని నిర్ణయింపబడినది. ఇదికూడ వీరి ఇతరగ్రంథములవలెనే బహుప్రమాణ విలసితమై నిరుత్తరములగు యుక్తులతో కూలంకష విమర్శపాటవ విరాజితమై చారిత్రకగ్రంథములలో నగ్రశ్రేణి నలంకరించుచున్నది. ఈ గ్రంథము తెలుగుభాషలోనే యున్నను యావద్భారతీయులేకాక ప్రపంచములోని చరిత్రశ్రద్ధాళువు లెల్లరు గమనింపదగిన యంశములతో నిండియున్నది. భారతచరిత్రలో అశోకున కట్టిప్రాముఖ్యము కలదు. అలెగ్జాండరును కలసికొన్న చంద్రగుప్తుడు గుప్తవంశస్థుడనియు, మౌర్య

చంద్రగుప్తుడు క్రీ॥ పూ॥ 1500 సంవత్సరముల క్రిందటివాడనియు శ్రీ వెంకటాచలముగారిదివఱకే కొన్ని గ్రంథములలో నిర్ణయించి యుండుటచే అశోకునికాలము క్రీ॥ పూ॥ మూడవశతాబ్ద మనువాదమునకుగల పునాదిని వారిదివఱకే పెఱికివైచినారని చెప్పవలయును. గ్రీకుల శాంద్రకోటస్ చంద్రగుప్త మౌర్యుడు కాడని యితర చారిత్రకులుకూడ కొందరు వ్రాసియున్నారు. దానిని వీరు ధ్రువపఱచినారు.

అశోకుని శాసనములలో నాతని సమకాలికులుగా పేర్కొనబడిన రాజులు కొందరు క్రీ॥ పూ॥ 3 వ శతాబ్దిలో సిరియా, ఈజిప్టు, మాసిడోనియా, సిరినీ, ఎపీరసు దేశములను పాలించిన వారేయగుటచే అశోకుని కాలము కూడ క్రీ॥ పూ॥ 3 వ శతాబ్దమేయని పాశ్చాత్య చారిత్రకులు వ్రాసినారు కాని వారు తమవాదమున కనుకూలముగా పేర్ల నెట్లు మార్చుకొనవలసివచ్చినదో యనునది ముఖ్యవిషయము. అంటియోఛస్ అను పేరే శాసనములో అంతియోకో అని యున్నదనియు, టాలమియే తురమయుగా చెప్పబడినాడని, అంటిగోనసే అంతికిని ఆయెననియు, "మగాస్" మగయాయెననియు వీరి వాదము. ఇంతకును శాసనములో నున్నట్లు చరిత్రకులచే చెప్పబడినపేర్లు కొన్ని యారీతిగా లేనే లేవని శ్రీ వెంకటాచలముగారు నిరూపించుచున్నారు. ఏదోవిధముగా అశోకుని క్రీ॥ పూ॥ మూడవ శతాబ్దిలో ఇరికించుటకై పాశ్చాత్య చారిత్రకులీ పాట్లుపడినారని వీరు చెప్పుదానిలో సత్యమున్నట్లు నిష్పాక్షిక పాఠకులకు తోచగలదు. ఈ భావము పాశ్చాత్య చరిత్రకులకే కొందరకు గల్గినదనునది గమనింపదగిన విషయము. ఈ చరిత్ర నిర్మింపబడుచుండిన కాలములోనే కొందరీ భావమును కన్పఱచినారు. Journal of the Asiatic Society of Calcutta అను ప్రఖ్యాత పత్రికలో నీ యభిప్రాయము వెల్లడింపబడినది.

అశోకుని కాలమునాటికి గ్రీసుదేశపు జాడలే లేకుండెనని శ్రీ వెంకటాచలముగారి యభిప్రాయము. క్రీ.పూ. 800 ప్రాంతముననే గ్రీసు చరిత్ర ప్రారంభమాయెనని గ్రీకులే చెప్పుకొనియుండగా క్రీ. పూ. 15వ శతాబ్దినాటి అశోకునికాలములో నీ దేశ ప్రసక్తి కవకాశము లేదని వేరుగ చెప్పనక్కఱలేదు. అట్లయినచో అశోకుడు యవనాది దేశములను పేర్కొనుట యెట్లు పొసగునను ప్రశ్న రావచ్చును. దీనికి శ్రీ వెంకటా

చలముగారిచ్చిన సమాధానము చారిత్రకులకు క్రొత్త వెలుగును చూపు నదిగా నున్నది. యవన రాష్ట్రము, హూణ రాష్ట్రము మున్నగునవి భారత దేశములోనే యున్నవని వారి సిద్ధాంతము. వారు దానిని సమర్థించుచు చూపిన ప్రమాణముల నెవ్వరును కాదనజాలరు. పటముచే [illegible] వారాయా దేశములను నిరూపించియున్నారు. గ్రీసుకు యవన దేశమను పేరు వచ్చుటకును, యూరపులో కొంత భాగమునకు హూణ దేశమను పేరు వచ్చుటకును, చీనాదేశమునకా పేరు గలుగుటకునుగల కారణములను వారు చూపియున్నారు. భారతదేశములోని యవన, హూణ, చీనాది నామములు గల క్షత్రియ శాఖలు ఇక్కడ నుండగానే ఏ రీతిగా ధర్మభ్రష్టులైపోయినదియు వారు పౌరాణిక చారిత్రకాంశముల మూలమున నిరూపించిరి. వీరితర దేశములకు పోయి పూర్తిగా వర్ణాశ్రమ ధర్మ భ్రష్టులైపోయినట్లు గ్రంథకర్తలు చేసిన నిర్ణయము మనుస్మృతిలోని

“శనకైస్తు క్రియాలోపాదిమాః క్షత్రియ జాతయః
వృషలత్వం గతాలోకే బ్రాహ్మణాదర్శనేనచ”

అను వచనముచే బలపఱుపబడుచున్నది. స్మృతి పురాణ యుక్తులచే వీరు గావించిన నిర్ణయమునే సుమారు 80 సంవత్సరముల క్రింద పోకాక్ అను ఆంగ్లేయుడు ఇతరాధారములచే గావించియున్నాడు. ఆతడు “India in Greece” అను లోకోత్తర గ్రంథములో భారతీయు లెప్పుడెప్పుడు వలసపోయి ఈజిప్టు, గ్రీసు, బేబిలన్ మున్నగు ప్రదేశములను విజ్ఞాన సందీపితములను గావించినారో విచారించి యాయా దేశముల నాగరికతలు భారతదేశమునుండియే వెళ్ళినవని నిరూపించినాడు. నాటికి నేడు ధైర్యముగా, పాటవముతో నీ విషయమును సప్రమాణముగా, విపులముగా చర్చించినవారు శ్రీ వెంకటాచలముగారు మాత్రమే. భారతీయ యవన క్షత్రియులు వలసపోయి యాక్రమించుకొనుటచే గ్రీసుకు యవనదేశమను పేరు వచ్చెననియు, అట్లే చీనా, హూణాది దేశములకా పేరులు వచ్చెననియు వీరు నిరూపణము చేసియున్నారు. ఆదిలో యవనులు అను క్షత్రియ శాఖ యొకటి భారతదేశములోనే యుండెనను ఈ యొక్క సంగతిని మనము గుర్తింపనిచో రామాయణ భారత పురాణములలోని కథలు కొన్ని మనకు సమన్వయమే కావు

ఇచ్చట నొక సంగతిని పేర్కొనవలసి యున్నది. భారతదేశము నుండి యవనులు గ్రీసుకు వెడలినప్పటికి యూరపుదేశములోని ప్రజలు మిక్కిలి యనాగరక స్థితిలో నుండిరి వారును పిమ్మట గ్రీసులో తండోప తండలుగా చేరిరి. వారియనాగరిక స్థితిని పాశ్చాత్య చారిత్రకులే యంగీకరించిరి. వారాశ్చర్యపడిన దేమన: హోమర్ వ్రాసిన ఇలియడ్ అను గ్రంథములో పట్టణ నిర్మాణము, శిల్ప చాతుర్యము మున్నగు నాగరకాంశముల నున్నతస్థాయిలో నున్నవానిని ఇలియడ్ ప్రతిబింబింప చేయుచున్నది. ఇది యెట్లు సంభవించినదను ప్రశ్న చారిత్రకులకు కొంద రకు కల్గినది. ఇట్లు కల్గినవారిలో సుప్రసిద్ధ చరిత్రకారుడు "అనేటారీ" యను పండితుడొకడు. ఆ సందేహమును శ్రీ వెంకటాచలముగారిప్పుడు తీర్చినారు. యూరపులో నెక్కడనులేని నాగరకతా విశేషమును గల్గిన ఆ యవనులే భారతదేశము నుండి వెడలినవారని వీరు నిరూపించినారు. రామాయణము చదివినవారికి "ఇలియడ్"లోని నాగరకత అంత యాశ్చర్యముగ తోపదు. అట్టి రామాయణ నాగరకత గల భారతీయులే గ్రీసులో నా విధమైన సంస్కృతిని కొంతకాలము నిలబెట్టుకొని ఇలియడ్ గ్రంథములో చిత్రించుకొనినారు. ఇట్లు పాశ్చాత్య చారిత్రకులకు గల్గిన పెద్ద సందేహమును మన గ్రంథకర్త విడగొట్టినారు.

ఈ రీతిగా శ్రీ వెంకటాచలముగారి యీ గ్రంథమును, ఇతర గ్రంథములును భారతదేశ చరిత్రకు నూతనసంస్కారము గావించునవిగా నున్నవి. క్రొత్తదారిని త్రొక్కినారను కారణముచే వీరి గ్రంథములను శంకింపవలసిన యావశ్యకతయు లేదు. యవనాది దేశములకు భారత దేశమునుండి ప్రజలు వలసవెళ్ళుటచేతనే యచట మానవా వాసము సంభవించెననియు, అదివఱకక్కడ మానవులే లేరనియు ప్రసిద్ధ చారిత్రకులే కొందరు వ్రాసియున్నారు. శ్రీ వెంకటాచలముగారు భారతదేశములోనే మానవసృష్టి ప్రారంభమాయెనని వేదశాస్త్ర పురాణ ప్రమాణములచే నిరూపించి యున్నారు. కలకత్తా విశ్వవిద్యాలయములో ప్రొఫెసరుగా నుండిన శ్రీ అవినాశ చంద్రదాసుగారు భూగర్భ శాస్త్రమును (Geology) బట్టియు, ఇత రాధునిక శాస్త్రములను బట్టియు ఆదిమానవసృష్టి భరతఖండములోనే యాయెనని తమ Rig vedic India అను గ్రంథమున నిరూపించియున్నారు. ఈసిద్ధాం

తమును వినినంతనే త్రుళ్లిపడువారును ఇది భారతీయులదేశ దురభిమానమునుసూచించుననియు పలుకువారును కొందరుకలరు. ఆదిమానవ సృష్టి ఆర్కిటిక్ ప్రాంతమున జరిగెననుటలో వీరికి త్రుళ్లిపాటురాదు. "కావచ్చును ఎక్కడనో యొకచోట ఆదిసృష్టి జరుగవలయునుకదా!" అని వారు సమన్వయించుకొందురు. అట్లే మధ్యఆసియాలో ఆదిమానవుడు సృజింపబడినాడన్నను వీరికి వెగటుగా కన్పట్టదు ఎక్కడను పుట్టనిచో మానవుడెట్లు భూలోకములోనికి వచ్చును? అని వీరు సరిపెట్టుకొందురు. కాని వీరిత్రుళ్లిపాటులు, వెగటులు భారతదేశము పేరెత్తినప్పుడే ప్రారంభమగును. నిజదేశము, స్వదేశీయ విజ్ఞానము వెగటుగతోచు నీ విపరీత పరిస్థితి 150 సంవత్సరముల బ్రిటిష్ పరిపాలన దుష్ఫలితములలో నొకటి.

ఈ మానసిక వికార మున్నంతకాలము మనకు శ్రీవెంకటాచలముగారి గ్రంథములవంటి సత్యప్రదర్శక గ్రంథములలోని ప్రాశస్త్యమును గుర్తించుశక్తికలుగదు. ఆవికారము తొలగుటకిట్టి గ్రంథముల పఠనము కారణముకూడ కాగలదు. జీవితమంతయు పాశ్చాత్య తదనుసారి చారిత్రకుల మార్గములలో గడపినచరిత్ర పరిశోధకులు కొందరింతవఱకు శ్రీవెంకటాచలముగారు ప్రచురించిన గ్రంథములనుజూచి "ఇందలి విషయములు కొట్టివేయదగినవికావు. భారతదేశ చరిత్రాన్వేషణములోనివి నూతనశకము ప్రారంభింప చేయుచున్నవి" అని మెచ్చుకొనినారన్నచో వీరి గ్రంథములే యేనాటికైనను భారతదేశ యథార్థచరిత్ర బోధకములుగా గుర్తింపబడగలవని యాశించుటకవకాశము కల్గుచున్నది. శ్రీ రాళ్ళబండి వెంకటసుబ్బారావు పంతులుగారు. డాక్టర చిలుకూరి నారాయణరావు పంతులుగారు, డాక్టర్ పట్టాభి సీతారామయ్య పంతులుగారు మున్నగువారు వీరిగ్రంథములనుజూచి ముగ్ధులైనారు. 80 సంవత్సరములనుండి చరిత్రపరిశోధకులేమార్గములో క్రమాభివృద్ధి నొందుచు వచ్చుచున్నారో ఆ మార్గములోనే శ్రీ వెంకటాచలముగారు నాలుగడుగులు ముందునకు పోయినారనునది గమనింపదగిన విషయము.

ఏనాడో సర్ విలియంజోన్స్ పెట్టినభిక్షనే నేటికినిపట్టుకొని తృప్తిపడువారు కొందరుకలరు. ఆయన 170 సంవత్సరముల క్రింద వేదములకు నిర్ణయించిన కాలమునే నమ్ముచు, దాని హద్దులలోనే భారతదేశ

చరిత్రనంతను ఇముడ్చుకొను దృష్టిగలవారు చరిత్రాన్వేషక పవిత్ర నామమున కర్హులుకారు. ఆ చారిత్రక సిద్ధాన్తము లెంతదుర్బలములో ఇటీవల ప్రబలముగా ప్రదర్శింపబడియే యున్నవి. వేదములు క్రీ॥ పూ॥ 2000 ప్రాంతమున పుట్టినవను సిద్ధాంతమెంత దుర్బలమైనదన: లోకమాన్య శ్రీ తిలక్ దానినొక స్తోపుస్తోయగా నది 2500 సంవత్సరములు వెనుకకుపోయి పడినది. ప్రొఫెసర్ జాకోబీ మున్నగు పాశ్చాత్య పండితులుకూడ తిలకుగారి మతముచే గల్గియుండిరి. శ్రీ అవినాశ చంద్ర దాసుగారింకను దానినెట్టగా 15 వేల సంవత్సరములు ఇంకను వెనుకకు పరుగెత్తిన దీ దుర్బలసిద్ధాంతము. ఇటీవల లక్నో యూనివర్సిటీలో నొక ప్రొఫెసర్ ఇంకను స్తోయగా నిది 80 వేల సంవత్సరము లింకను వెనుకకు పోయినది. ఇంత దుర్బల చారిత్రక సిద్ధాంతమును నమ్ముకొని విజ్ఞానఖనులైన మన వేదశాస్త్ర పురాణాది గ్రంథములను నిరసించుట యనునది మనము చేసినమహాదోషము. శ్రీ వెంకటాచలముగారీ పైని తెలిపిన చారిత్రక సిద్ధాంతముల నింకను పరీక్షించి వీని యప్రామాణికతను నిరూపించి వేదశాస్త్రపురాణ ఇతిహాసిక సత్యత్వమును ప్రబల ప్రమాణములతో నిరూపించి 195 కోట్ల సంవత్సరముల భారతదేశ చరిత్రను పునర్లిఖించు మహోద్యమమును పూని తమ జన్మను సార్థకము చేసికొనుచు మనలో నూతన చైతన్యమును గల్గించుచు, మన పర ప్రత్యయనేయ బుద్ధి స్థానమున ఆత్మవిశ్వాసమును, అంధానుకరణస్థానమున అన్వేషణశక్తిని, నాస్తిక్య స్థానమున ఆస్తిక్యమును నెలకొల్పుచు మనకు స్వరాజ్యము వచ్చిన 1947 వ సంవత్సరంలోనే వైజ్ఞానిక స్వరాజ్య సోపాన పరంపరనదగిన యీ గ్రంథ పరంపరను ప్రచురించుటకు ప్రారంభించి యీ వార్ధకమున రాత్రిందివము కృషిచేయుచు భారత వైజ్ఞానిక జాతీయతా పునర్నిర్మాణమునకు ప్రథమ శిల్పి యనదగి యలరారుచున్నారు. వీరి యీ ప్రకృత గ్రంథము కూడ నితర గ్రంథములవలెనే యాంగ్ల విజ్ఞానాభిలాషుల కాశ్వాసహేతువై, సత్యాన్వేషకులకు కరదీపికమై విలసిల్లగలదనుటలో సంశయలేశము లేదు.

ఇట్లు,

జటావల్లభుల పురుషోత్తము.

ఆర్యావర్తః – పుణ్యభూమిః

ఆర్యవిజ్ఞానగ్రంథమాల

ఆంధ్రమహాజనులకు విజ్ఞప్తి

ఆర్యులారా!

"ఆర్యవిజ్ఞానము" అను గ్రంథమున ప్రథమ భాగముగా 1800 పుటలకు పైగాగల ఎనిమిది భాగములు మాత్రము 13 పుస్తకములుగ యిప్పటికి ముద్రణము చేయింపగలిగితిమి. పాశ్చాత్య పండితులచే వ్రాయబడిన మనదేశచరిత్ర లనేక పొరపాటభిప్రాయములతో నిండి యుండిన యసత్య చరిత్రలని స్పష్టముగా రుజువుచేయబడినది. భారతీయ వాఙ్మయము నుండి యదార్థ విషయముల సేకరించి యుక్తియుక్తముగను స్వప్రమాణముగను, వ్రాయబడిన అత్యుత్తమ గ్రంథములు.

దేశములో ప్రముఖులును, వార్తాపత్రికలును, మా ఆర్యవిజ్ఞాన గ్రంథములమీద చక్కని సమీక్షలు చేయుచుండిరి. గ్రంథములను చదివినవారలు తమ హర్షామోదములను దెలుపుచుండిరి. ఇప్పటికి తొమ్మిదివేల రూప్యములకు పైగా ఖర్చుచేయబడినది. గ్రంథములమీద పెట్టబడినసొమ్ము వెంటనే తిరిగి యొకేమొత్తమున వచ్చునది కాదను సంగతందరెరింగినదే. ఇంకను ఎనిమిదివేల రూప్యములుండినగాని మిగత గ్రంథము లచ్చుకానేరవు. విజ్ఞాన తృష్ణగల ద్రవ్యవంతులు విరివిగా విరాళములిచ్చి పోషించినగాని మిగత భాగములు ముద్రింపబడజాలవు.

ఇరువది సం॥ కంటె నెక్కువకాలము అనేక గ్రంథ పరిశోధన జేయబడి ప్రాచీనవిజ్ఞానమును ఆధునిక ప్రకృతిశాస్త్రముల దృష్ట్యా సమన్వయించి యీతరమువారికిని, రాబోవువారికిని ప్రాచీనార్య విజ్ఞానము కరతలామలక మగునట్లు చేయుటయే యీ గ్రంథమాలలోని విశేషము. కాబట్టి భారతీయులందరు మా యుద్యమమునకు తోడ్పడి ఆర్యవిజ్ఞాన ద్వితీయభాగముద్రణమును పూర్తిచేయించ ప్రార్థన. ఇప్పటికి ముద్రణము పూర్తిచేయబడిన పదమూడు గ్రంథములుగల సెట్టు 1కి రు 27–0–0 లు కిమ్మతు అయినది. లోగడ పోషకులుగా జేరి రు 25–0–0 యిచ్చిన వారికా రు 27–0–0లు సెట్టంతయు యీయబడినందున వారి పోషకచందా తీరిపోయినది. ద్వితీయభాగముకుకూడ చందాదారులుగా చేరి తిరిగి రు 25–0–0 లు పంప ప్రార్థన.

రెండవ భాగమునకు సహాయము

(1) మహారాజ పోషకులు రు 100-0-0 (2) రాజపోషకులు రు 50-0-0
(3) పోషకులు రు 25-0-0 లు

లోగడ ప్రథమభాగ ప్రచురణములో చేరి యుండినవారు తిరిగి రు 25-0-0 లు పంపిన రాజపోషకవర్గములో చేర్చబడి రాబోవు రెండవ భాగ గ్రంథములన్నియు పంపబడును. రెండవభాగమునకు మాత్రమే చేరి రు 25-0-0 లు పంపినవారు పోషకవర్గములో చేర్చబడి రెండవభాగ గ్రంథములు మాత్రం పంపబడును. ప్రథమభాగము శెట్టు వలయువారు రు 25-0-0 లు పంపిన గ్రంథములు బడయగలరు. ప్రథమభాగ గ్రంథముల శెట్లు కొనెడివారు రెండవభాగము ముద్రించుటకు సహాయపడిన వారగుదురని మనవి. ప్రథమభాగం చందా బాకీయున్నవారు వెంటనే పంప ప్రార్థన.

తయారైన గ్రంథములు.

౧. బ్రహ్మాండ సృష్టివిజ్ఞానం	రూ 3-0-0
౨. మానవ సృష్టివిజ్ఞానము (ఇం)	,, 1-8-0
3, కలికాల విజ్ఞానం (ప్ర భా.)	,, 1-8-0
౪. ,, (ద్వి భా.) (కలిరాజ వంశావళి)	2-4-0
౫. ,, (తృ భా.) (కలిరాజ వంశావళి శేషం)	4-8-0
౬. ఆంధ్రులు ఎవరు?	0-6-0
౭. అభాస క్రైస్తవము	1-8-0
౮. జంబూ ద్వీపము	0-6-0
౯. ధృవనివాస ఖండనం	3-8-0
౧౦ భారతీయ శకములు	2-8-0
౧౧. గుప్తరాజు లెవరు?	1-8-0
౧౨. అగ్ని వంశపురాజులు (నియోగ బ్రాహ్మణ ప్రభువులు)	2-0-0
౧౩. అశోకుని కాలము (నాటి యవనరాజులు)	2-8-0
	27-0-0

అచ్చులోనున్నవి.

౧. ఆర్యావర్త ప్రాచీనత
౨. ఆర్యుల ప్రపంచ వ్యాప్తి [౨ సంపుటములు]
3 ఆర్యుల మతము
౪. ఆర్యుల సర్వతోముఖ విజ్ఞానము
౫. అద్వైతబోధిని
౬. నిర్విచార జీవనము
౭. మానవ సృష్టివిజ్ఞానము (తెలుగు)
౮. కలియుగ రాజవంశములు

వలయువారు దిగువ చిరునామాకు వెంటనే వ్రాయుడు:—

విజయవాడ,
15-12-1950.

కోట వెంకటాచలంగారు,
గాంధినగరం, విజయవాడ - 2

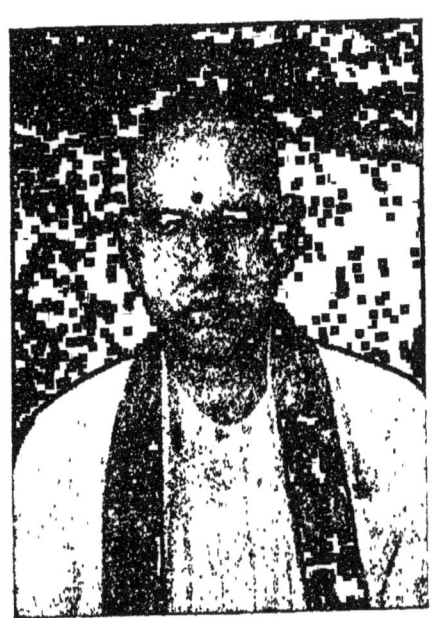

�140ၓၓၘ:

ఓమ్

కలియుగరాజ వంశములు

మగధసామ్రాజ్యమున రాజ్యము చేసిన రాజవంశముల చరిత్ర భారత యుద్ధానంతరమునుండి అనగా కలి పూర్వము 36 నుండి (క్రీ॥ పూ॥ 3138) పురాణములిట్లు వర్ణించియున్నవి. భారతయుద్ధకాలమును, కలిశక ప్రారంభమును లోగడ గ్రంథమున స్థిరపరచియుంటిమి. భారతయుద్ధమునకు పిమ్మట పరిపాలించిన వంశములు; వాని కాలములు

కలి పూర్వం 36 సం॥ (క్రీ॥ పూ॥ 3138 సం॥) నుండి

కలి పూర్వ 970 సం॥ (క్రీ॥ పూ॥ 2132 సం॥) వరకు

బార్హద్రథ వంశము :

(1) శ్లో॥ "ద్వావింశతి నృపా హ్యేతే భవితారో బృహద్రథాః ।
పూర్ణం వర్ష సహస్రం వై తేషాం రాజ్యం భవిష్యతి॥"
(వాయు; మత్స్యపురాణములు)

తా॥ బృహద్రథుని వంశము వారలు 22 మంది రాజులు వేయి సంవత్సరములు రాజ్యము చేయుదురు. అని పురాణమందున్నది. విడిగా ప్రత్యేక రాజుల కాలములను కలుపగా వచ్చిన మొత్తం 1006.

(2) ప్రద్యోతవంశము 5 గురు - 138 సం॥

(కలిశకం 970 - 1108; క్రీ॥ పూ॥ 2132-1994)

"పంచప్రద్యోతనా ఇమే,"
"అష్టత్రింశోత్తర శతం భోక్ష్యన్తి పృథివీం నృపాః". (విష్ణు. 12 - 2.)

తా॥ ఈ అయిదుగురు ప్రద్యోతులు 138 సం॥లు రాజ్యముచేయుదురు

(3) శిశునాగవంశం - 10 మంది రాజులు - 352 సం॥

(కలిశకం 1108 - 1460; క్రీ॥ పూ॥ 1994 - 1634)

"ఇత్యేతే భవితారో వై శైశునాగా నృపాదశ ।
శతాని త్రీణి వర్షాణి ద్విషష్ట్యభ్యధికాని తు॥"
(వాయు, 99 అధ్యా. 321 శ్లో॥)

తా॥ శిశునాగులు 10 మంది 362 సం॥రములు పాలింతురు.

ఇందులో లెఖ్ఖకు రెండు తక్కువ వచ్చినందున 360 సంవత్సరములయినది.

(4) <u>నందవంశము - 9 రాజులు నూరు సంవత్సరములు</u>

(కలిశకం 1468 - 1568 ; క్రీ॥ పూ॥ 1634 - 1534)

"మహాపద్మః తత్పుత్రాశ్చ ।
ఏకం వర్ష శతం అవనిపతయో భవిష్యంతి॥"

తా॥ మహాపద్మనంద ఆతని కుమారులు నక నంద సం॥రములు రాజులుగా నుందురు.

(5) <u>మౌర్యవంశం 12 మంది రాజులు 316 సం॥రములు</u>

(కలిశకం 1568 - 1881 ; క్రీ॥ పూ॥ 1534 - 1218)

"ద్వాదశైతేమౌర్యాః చంద్రగుప్తాదయోమహీం ॥
శతాని త్రీణి భోక్ష్యన్తి దశాషట్చసమాః కలౌ॥"
(కలియుగరాజ వృత్తాంత 3 భాగ. 2వ అధ్యాయం.)

డాక్టరు యం. కృష్ణమాచార్యుల His. of Classical Literature. మరియు నడింపల్లి జగన్నాధరావుగారి "మహాభారత యుద్ధకాలము" చూడుడు.

తా॥ చంద్రగుప్తాదులైన యీ పండ్రెండుగురు మౌర్యరాజులు 316 సం॥రములు రాజ్యము చేయుదురు.

శ్లో॥ "ఇత్యేతేదశద్వావేచ భోక్ష్యన్తి వసుంధరాం ॥
శతాని త్రీణి వర్షాణి తేభ్యః శుంగాన్ గమిష్యతి।"

తా॥ డాక్టరు యం. కృష్ణమాచార్యులు గారివద్దయుండిన మత్స్య పురాణ వ్రాతప్రతినుండి వారు వ్రాసిన ప్రకారం - "ఈ పండ్రెండుగురు మౌర్యరాజులు మూడువందల సంవత్సరములు యేలిన పిమ్మట వారినుండి శుంగరాజులకు బోగలదు."

(6) శుంగవంశం 10 మంది రాజులు 300 సంవత్సరములు

(కలిశకం 1884-2184 ; క్రీ॥ పూర్వం 1218-918)

"దశైతే శుంగరాజానో భోక్ష్యన్తీమాం వసుంధరాం।
శతం పూర్ణం శతేద్వేచ తేభ్యః కణ్వాన్గమిష్యతి"

తా॥ ఈ పదిమంది శుంగరాజులు 300 సం॥రములు యేలినపిమ్మట కణ్వరాజులకుఁబోవును.

(7) కాణ్వవంశం 4 రాజులు 85 సం॥రములు

(కలిశకం 2184-2269 ; క్రీ॥ పూర్వం 918-833)

"చత్వారస్తే భూపాలాః కణ్వగోత్ర సముద్భవాః।
ధర్మేణ భోక్ష్యంతి మహీంపంచాశీతిస్తువత్సరాన్॥"

తా॥ ఈ నలుగురు కాణ్వగోత్రీకులు 85 సం॥ ధర్మయుక్తముగా రాజ్యము చేయుదురు.

(8) ఆంధ్రశాతవాహనరాజులు 32 గురు రాజులు 506 సం॥రములు

(కలిశకం 2269-2775 ; క్రీ॥ పూర్వం 833-327)

"ఏతే ద్వాత్రింశదాంధ్రాస్తు భోక్ష్యంతి వసుధామిమాం।
శతానిపంచపూర్ణాని తేషాం రాజ్యం భవిష్యతి॥"

తా॥ ఈ 32 గురు ఆంధ్రరాజులు 500 సంవత్సరములు రాజ్యము చేయగలరు. ప్రతిరాజుయొక్క రాజ్యకాలము కలుపుకొనిన 506 సం॥లు వచ్చుచున్నది.

(కలియుగరాజ వృత్తాంతం: శ్రీ కోట వెంకటాచలంగారి "కలిశక విజ్ఞానము ద్వితీయ, తృతీయ భాగములు చూడుము.)

(9) గుప్తరాజులు 8 గురు 245 సంవత్సరములు

(కలిశకం 2775-[illegible] ; క్రీ॥ పూర్వం 327-82)

"భోక్ష్యన్తి ద్వేశతేపంచచత్వారింశచ్చవైసమాః।
మాగధానాం మహారాజ్యం ఛిన్నం భిన్నంచసర్వశః।
సాకమేతైర్మహాగుప్త వంశ్యైర్భోక్ష్యతి సంస్థితిః॥"

తా॥ (5 + 7 = 12 శాఖలుగా చీలిపోయిన ఆంధ్రుల) మగధ సామ్రాజ్యము ఛిన్నాభిన్నమై మహాగుప్త రాజులను పొందును. వారు **245** సం॥రములు రాజ్యము చేయుదురు.

వంశం పేరు	రాజుల సంఖ్య	పరిపాలించిన సం॥ భారతయుద్ధమునకు పిమ్మట	కలిశక సంవత్సరములు
1. బార్హద్రథవంశం	22	1006	కలిపూ॥ 36 — కలి 970
2. ప్రద్యోతవంశం	5	138	కలి 970 — ,, 1108
3. శిశునాగవంశం	10	360	,, 1108 — ,, 1468
4. నందవంశం (తండ్రి; కుమాళ్లు 8 గురు)	9	100	,, 1468 — ,, 1568
5. మౌర్యవంశం	12	316	,, 1568 — ,, 1884
6. శుంగవంశం	10	300	,, 1884 — ,, 2184
7. కాణ్వవంశం	4	85	,, 2184 — ,, 2269
8. ఆంధ్రవంశం	32	506	,, 2269 — ,, 2775
9. మహాగుప్తవంశం	8	**245**	,, 2775 — ,, 3020
	105	3056	క॥ పూ॥ 36 కలి 3020 వరకు

ఆంధ్రరాజుల మహా సామ్రాజ్యము ఛిన్నాభిన్నమై విభాజ్యమైన పిమ్మట మహాగుప్తరాజులలో మొదటిరాజు చంద్రగుప్తుడు మగధను విడిచి పాటలీపుత్రమున పట్టాభిషిక్తుడై చక్రవర్తి కాలేక అల్పరాజ్యాధిపతి మాత్రముగా నుండెను. ఆతని కుమారుడు సముద్రగుప్తుడు దిగ్విజయమునుచేసి అయోధ్యయందు చక్రవర్తి కాగలిగినాడు. కాని ఆయన జీవితకాలములోనె తిరిగి సామ్రాజ్యము విడి సామంతరాజులు స్వతంత్రులైరి. పిమ్మట రెండవ చంద్రగుప్తుడు, కుమారగుప్తుడు, స్కందగుప్తుడు మొదలుగాగల వారలు నామమాత్రము చక్రవర్తులుగా నుండిరి. వారి రాజ్యపరిపాలన కాలమంతయు శక, హూణాదులతో పోరాడుటతో సరిపోయినది. తుదకు కలి 3020 సంవత్సరములో గుప్త రాజ్యమే అంతరించినది. ఇట్లుండగా అవంతి రాష్ట్రమునకు ముఖ్య

పట్టణమగు ఉజ్జయిని యందుండి రాజ్యముచేయుచు గుప్తరాజులకు శత్రువుగానుండిన శకరాజును కలి 3020 సం॥రమున "విక్రమార్కుడు" అనెడి అగ్నివంశపు రాజు యోడించి శకులను దేశమునుండి వెడలనడిచి ఉజ్జయినీయందు కలి 3020 సం॥రములో పట్టాభిషిక్తుడయ్యెను. అందువలన కలి 3020 లగాయతు అగ్నివంశములు నాలుగింటిలో యొకటగు "ప్రమర" వంశమునకు చెందిన ఉజ్జయినీ యందధికారమును వహించిన "శకహంత" యగు విక్రమార్కుని నుండి పిమ్మట కాలమును గుర్తించుదము. విక్రమార్కుని కాలమును గురించి భవిష్య మహాపురాణం, 3-1-7-14 లు 16 శ్లో॥ లలో యిట్లు చెప్పబడినది.

(ఈ విషయము లోగడ పుటలలో యిచ్చియున్నదైనను సందర్భానుసారముగా యిచ్చుటగూడ నిచ్చుచుంటిమి.)

శ్లో॥ "పూర్ణేత్రింశచ్ఛతే వర్షే కలౌ ప్రాప్తే భయంకరే॥ (3-1-7-14)
శకానాంచవినాశార్థ మార్యధర్మ వివృద్ధయే।
జాతః శివాజ్ఞయా సోఽపి కైలాసాద్గుహ్యకాలయాత్ ॥ (౧౫)
విక్రమాదిత్యనామానం పితాకృత్వాముమోదహ
సబాలోపి మహాప్రాజ్ఞః పితృమాతృప్రియంకరః ॥ (౧౬)

తా॥ కలిలో మూడువేల సంవత్సరములు నిండిన పిమ్మట (క్రీ॥ పూ॥ 101 సం॥) శకులను నాశనముచేసి ఆర్యధర్మమును వృద్ధి పొందించుటకు శివుని ఆజ్ఞవలన గుహ్యకాలయమునుండి యొక పురుషుడు [illegible] ఆ పిల్లవానికి "విక్రమాదిత్య" యను నామమునుంచి తండ్రి సంతోషించెను. ఆతడు మహాప్రాజ్ఞుడును పితృమాతృప్రియంకరుడనైయుండెను.

"విక్రమాదిత్యు"డను తండ్రివలన జననకాలమున పెట్టబడిన పేరే గాని శకులను గెలిచిన బిరుదు కాదు. ఈ విక్రమార్కుడు కలి 3020 (క్రీ॥ పూ॥ 82) సంవత్సరమున ఉజ్జయినీలో రాజయ్యెను. గనుక ఆతనినుండి పిమ్మట రాజుల కాలమును గుర్తించుదాము.

(10) <u>ప్రమరవంశం.</u>

కలిశకం 3020—4295 క్రీ॥ పూ॥ 82 - క్రీ॥ శ॥ 1193

కలి 3020 లగాయతు యీ వంశములో విక్రమార్క మహారాజు లగాయతు రాజ్యము చేసిన రాజులు 24 గురు 1275 సంవత్సరములు.

(11) మహమ్మదీయులు, మహారాష్ట్రులు, బ్రిటిషు మొదలగు వారలు 753 సంవత్సరములు.

కలిశకం 4296-5048- క్రీ॥ శ॥ 1194-1947

1947 సం॥ ఆగష్టు 15 తేదీ, కలిశకం 5048 సం॥

శాలివాహనశకం 1869 సం॥

సర్వజిత్ నామ సం॥ అధిక శ్రావణ బ॥ 30 శుక్రవారం. —భారత దేశ స్వాతంత్ర్యావతరణము.

కలి ప్రవేశకాలమునుండి "కలిశకము" ప్రారంభింపబడి లెక్క పెట్టబడుచు నేటివఱకు ప్రతి సంవత్సరమున పంచాంగములలో [illegible] సం॥రమును కలుపుకొనుచు లెక్క చూపుచుండుటను మనము చూచుచుంటిమి. కలిశకము ప్రారంభించి యిప్పటికి 5050 సం॥రములైనది. క్రీస్తుశకం ప్రకారం క్రీస్తుకు పూర్వం 3102 సం॥రమునుండి ప్రారంభించి నేటివరకు వరుసను లెక్కింపబడుచున్నది.

క్రీస్తుకు పూర్వం జరిగిన సంవత్సరములు	3101
దరిమిలా క్రీ॥ శకములో ఇంతవరకు జరిగిన సంవత్సరములు	1949
వెరశి—	5050 సం॥ర

ములు జరిగినవి. కలి ప్రవేశకాలము క్రీ॥ పూ॥ 3102 సం॥ ది 20 ఫిబ్రవరి రాత్రి 2-27-30 నిమిషములకు అయియున్నది. కనుక యీ కాలములో సప్తర్షి చలనమును రాజవంశావళి కాలములో కలియుగ పురాణములలో చెప్పబడినట్లు కాలమును గుర్తించుచున్నాము.

కలియుగ రాజవంశావళి కాలము:
సప్తర్షిమండల చలనమును సరించి.

సప్తర్షి చలనము

భారతయుద్ధమైన సంవత్సరమున "పరీక్షిత్తు" జననము. యుధిష్ఠిరశక ప్రారంభము. ఆ కాలమున "సప్తర్షిమండలం" "మఖా" నక్షత్రమందుండియున్నది. ఒక్కొక నక్షత్రములో సప్తర్షిమండలం నూరు సంవత్సరముల కాలము గడుపుచు నక్షత్ర చక్రమునంతను 2700 సం॥రలలో చుట్టుచుండునని పురాణము చెప్పుచున్నది. అది భారత యుద్ధకాలము లేక పరీక్షిత్తు జననకాలమున లేక యుధిష్ఠిరశక ప్రారంభకాలమున "మఖ" యందుండిరని పురాణములు చెప్పుచున్నది.

శ్లో॥ "సప్తర్షయో మఘాయుక్తాః కాలే పారీక్షితే శతం
ఆంధ్రాంశే సచతుర్వింశే భవిష్యంతి మతేమమ॥"

(వాయు. 99 అధ్యా 423 శ్లోకం)

తా॥ పరీక్షితుని కాలమున "సప్తర్షులు" మఖానక్షత్రమందు శతసంవత్సరములుండిరి. ఆంధ్రరాజ వంశమువచ్చునాటికి వారు యిరువదినాలుగవ శతమునకు రాగలరు. అని పురాణము చెప్పుచున్నది.

కలిలో ఏబది సం॥రములు జరిగిన పిదప సప్తర్షి మండలం "మఖా" నక్షత్రమును దాటి తరువాతగల నక్షత్రములోనికి పోయియున్నది. అనగా మఖ నుండి పూర్వ ఫల్గుణినక్షత్రము (పుబ్బ) నకు బోవును. (సప్తర్షి మండలం వెనుకకు నడచునని (Retrograde motion) కలియుగ రాజవృత్తాంతము చెప్పుచున్నది. అట్లు వెనుకకునడచిన "మఖ" నుండి "ఆశ్లేష"కు జనును. ఏటు తిరుగుననెడి వాదము చరుగాన ఇప్పుడెచ్చట నున్నదను విషయము గాని యీ సందర్భమున పరిష్కరించ నవలంబింపక యే గ్రంథ మే విధమున జెప్పినదో ఆ ప్రకారము మనము లెక్కవేసి కాలగణనము చేసికొనుట సమంజసము. ప్రతినక్షత్రమునను సప్తర్షులు శతసంవత్సరములుందురనెడి వాదముభయవాదు లంగీకరించినదై యున్నది. పరీ

క్షిత్తు కాలమున "మఖ" యందుండినటుల ఉభయవాదులు అంగీకరించుచున్నారు. మన మెవరివాదము ప్రకారము లెఖ్ఖ వేసినను కాలగణనములో తేడా రాజాలదు. ఇందు మనకు కాలము ముఖ్యముగాని సప్తర్షుల గమనరీతికాదు. దానికి ప్రత్యేక విచారణ అవసరము. (ఆ విచారణ యీ గ్రంథకర్తగారిచే వ్రాయబడిన "కలిశక విజ్ఞానము ప్రథమభాగం" 45–47 పుటలలో పర్యవసానము తేల్చబడి యున్నది. దాని నచ్చట చూచుకొనునది||).

సప్తర్షి మండలం కలిపూర్వం 75 సంవత్సరమున 'మఖ" లో ప్రవేశించినది. కలి పూర్వం 36 సం|| రమున భారతయుద్ధము, యుధిష్ఠిర శకప్రారంభము, పరీక్షిన్మహారాజు జననము జరిగియున్నవి. కలిప్రవేశ మునకు సప్తర్షి మండలం "మఖాశతము" లో 75 సం|| గడపియున్నది. శేషం 25 సం||రములు కలి 25 సం||రముకు పూర్తిచేసి కలి 26 సం|| ప్రారంభమున మఖా నక్షత్రమును విడిచి తరువాత గల నక్షత్రములో ప్రవేశించినది. కలి 26 సం||ర ప్రారంభమున సప్తర్షి శకము లేక లోక కాలము లేక లౌకికాబ్దము లేక యుధిష్ఠిర కాలమనెడి పేరుతో యొక శకము స్థాపింపబడినది. ఈ శకమును గురించి యీ గ్రంథం లోగడపుట లలో వివరింపబడినది.

పురాణములన్నియును, బృహత్సంహితయనెడి జ్యోతిష్యగ్రంథ మున్నూ, కలియుగరాజ వృత్తాంతమనెడి గ్రంథమున్నూ యుధిష్ఠిర రాజ్యకాలమున లేక పరీక్షిత్తు కాలమున సప్తర్షిమండలం "మఖ"లో నునన్నటుల చెప్పుచున్నవి.

1. మఖాశతములో పరీక్షిన్మహారాజు జననము.

2. మఖనుండి సవ్యమైన నడకతో సప్తర్షి మండలం 24 వ నక్షత్ర మైన ఆర్ద్రశతముకు వచ్చినపుడు మగధయందు "ఆంధ్ర సామ్రాజ్యస్థాప నము. "రాజు శ్రీముఖుడు. యు శ. 2305 సం||" (క్రీ|| పూ|| 833 సం||)

3. ఇరువది నాలుగవ ఆంధ్రరాజు "శివశాతకర్ణి" కాలము యు. శ. 2677–2705. సప్తర్షులు యుధిష్ఠిరశక ప్రారంభములో (ఇదే

పరీక్షితుని జననకాలము) మఖయందుండి 2700 సం॥ రములలో 27 నక్షత్రములుగల నక్షత్రమండలమును చుట్టి తిరిగి మఖలోనికి వచ్చియుండిరి. (కలిశక విజ్ఞానం "కలిరాజ వంశావళి" అను గ్రంథమును చూడుడు) ఆంధ్రవంశపు రాజులు 32 మంది యు శ. 2811 క్రీ॥ పూ॥ 327 సం॥ వఱకు పరిపాలించియుండిరి. పిమ్మట మహాగుప్తవంశపు రాజులు రాజ్యమునకు వచ్చిరి.

ఈ విషయమునే "కలియుగరాజ వృత్తాంతము" యిట్లు వివరించుచున్నది. సప్తర్షి మండలం అపసవ్యముగా తిరుగుచుండునని "కలియుగరాజ వృత్తాంత" గ్రంథకారుని మతము. దానిననుసరించి లెక్కచూచునప్పుడు ఆ గ్రంథకారుని మతము ననుసరించి మనము కాలమును లెక్కించుట సమంజసము. అపసవ్యనడక ప్రకారము సప్తర్షి మండలం "మఖానక్షత్రము" నుండి "ఆశ్లేషానక్షత్రము"నకు వచ్చును. ఆ విషయము కలియుగరాజ వృత్తాంతమున నిట్లు చెప్పబడినది.

శ్లో॥ "యదాయుధిష్ఠిరోరాజా శక్రప్రస్థే ప్రతిష్ఠితః
తదాసప్తర్షయః ప్రాప్తుర్మఘాః పిత్ర్యహితేరతాః॥

శ్లో॥ "పంచసప్తతివర్షాణి ప్రాక్ కలేః సప్తతే ద్విజాః
మఘాస్వాసన్ మహారాజే శాసత్యుర్వీం యుధిష్ఠిరే॥

శ్లో॥ "పంచవింశతివర్షేషుగతే ష్వథ కలౌ యుగే
సమాశ్రయన్త్యాశ్లేషాం మునయస్తే శతం సమాః॥

తా॥ శక్రప్రస్థమున యుధిష్ఠిరుడు పట్టాభిషిక్తుడైనపుడు సప్తర్షులు పిత్ర్యహితమగు మఘానక్షత్రమును ఆశ్రయించుకొని సంచరించుచుండిరి. కలి పూర్వము 75 సంవత్సరములక్రితము సప్తర్షులు "మఖానక్షత్రము" ను ప్రవేశించిరి. సప్తర్షులు మఖానక్షత్రమందుండిన కాలమున యుధిష్ఠిరుడు రాజ్యమును పాలించెను

కలియుగములో 25 సం॥ రములు గడచిన పిదప (26 సం॥ రమున) సప్తర్షులు "ఆశ్లేషానక్షత్రము"ను చేరి నూరు సం॥ రములుందురు అని చెప్పబడినది.

కలిప్రవేశము క్రీ॥ పూ॥ 3102 సం॥ ఫిబ్రవరి 20 వ తేదీయై యున్నది. కలిపూర్వం 75 అనగా క్రీ॥ పూ॥ 3177 సం॥రములో సప్తర్షి మండలం మఖానక్షత్రములో ప్రవేశించియున్నది. కలిపూర్వం 36 సం॥రము అనగా క్రీ॥ పూ॥ 3138 సం॥రములో భారతయుద్ధము జరిగినది. (అనగా 3177 - 3138 = 39) సప్తర్షిమండలం మఖయందు ప్రవేశించిన 39 సం॥రములకు భారతయుద్ధము జరిగియున్నది. యుద్ధములో జయించి యుధిష్ఠిరుడు పట్టాభిషిక్తుడైనాడు. యుద్ధమునకు పూర్వము గర్భవతిగా నుండిన (అర్జునుని కుమారుడు అభిమన్యుని భార్య) ఉత్తరాదేవికి "పరీక్షిత్తు" ఆ సం॥రముననే అనగా క్రీ॥ పూ॥ 3138 సం॥రమున జన్మించెను. క్రీ॥ పూ॥ 3177 సం॥రమున మఖానక్షత్రమందు ప్రవేశించిన సప్తర్షిమండలం మఖానక్షత్రమందు నూరు సంవత్సరములుండి అపసవ్య నడకను "ఆశ్లేషానక్షత్రము"న కలి 25 సం॥రము అనంతరము 26 సం॥రమున అనగా (3101 - 25 =) క్రీ॥ పూ॥ 3076 సం॥రమున ప్రవేశించినట్లు పురాణము చెప్పుచున్నది. కనుక సప్తర్షిమండలం అపసవ్య నడకను వెనుకకు తిరుగుచున్నటుల నే యెంచి యీకలియుగరాజ వృత్తాంత కారుని మతప్రకారమే మనము సప్తర్షులగమనమును లెక్కించి రాజ వంశావళి కాలమును సరిచూచుకొందము.

శ్లో॥ "సప్తర్షయో మఘాయుక్తాః కాలే యౌధిష్ఠిరే శతం ।
శ్రవణేతే భవిష్యన్తి కాలే నందస్యభూపతేః॥

శ్లో॥ "చతుర్వింశేధనక్షత్రే భవిష్యంతి శతం సమాః ।
ఆంధ్రరాజ్యారంభ కాలాదారభ్యైతే సురర్షయః॥

శ్లో॥ "మహాపద్మాభిషేకాత్తు యావజ్జన్మ పరీక్షితః ।
ఏకమేవ సహస్రంతు జ్ఞేయం పంచశతోత్తరం॥

శ్లో॥ "ఆంధ్రరాజ్యోపక్రమాత్తు యావన్నందాభిషేచనం ।
అంతరం తచ్చతాన్యష్టౌ ప్రమాణజ్ఞైః సమాః స్మృతాః॥

శ్లో॥ "యదా పునర్వసుం యాస్యంత్యేతె సప్తర్షయః పునః ।
తదాశ్రీ గుప్తవంశానాం రాష్ట్రం త్యక్ష్యం గమిష్యతి ॥

శ్లో॥ "పూర్వాభాద్రాం యదా తేతు ప్రవేక్ష్యంతి పునర్ద్విజాః ॥
గుప్తేభ్యో మాగధం రాజ్యం తదాపాలాన్ గమిష్యతి ॥"

(కలియుగరాజ వృత్తాంతం. ౨ భా. ౮ అధ్యా.)

తా॥ యుధిష్ఠిరుని కాలములో సప్తర్షులు మఖయందు నూరు సంవత్సరములుండిరి. మహాపద్మనందుని కాలమున అది శ్రవణ నక్షత్రమునందుండినది. ఆంధ్రుల పరిపాలన (మగధయందు) సాగించు నాటికి సప్తర్షి మండలం మఖనుండి యిరువదినాలుగవ నక్షత్రమందుండ గలదు. పరీక్షితుని జననము లగాయతు మహాపద్మనందుని పట్టాభిషేకము వఱకు 1500 సం॥రములు. నందాభిషేకము నుండి ఆంధ్రరాజ్య ప్రారంభమునకు 800 సం॥రములు సప్తర్షి మండలము (రెండవ ఆవర్తిలో) పునర్వసు నక్షత్రమును చేరునాటికి గుప్తరాజ్యము క్షీణదశకు రా గలదు. అది పూర్వాభాద్రానక్షత్రమును చేరునప్పటికి గుప్తులదైన మగధ రాజ్యము "పాలరాజుల"ను చేరును, అని చెప్పబడినది.

(కలియుగ రాజవృత్తాంతం ౨ భాగం ౮ అధ్యా.)

ఈ పైవాక్యములు "సప్తర్షి మండలం వెనుకకు తిరుగునని నిర్ణయించుకొని చెప్పబడినవి. మనకిప్పుడు కావలసినది సప్తర్షిమండల చలనము మీనైపుగా నుండునని కాదు. భారతయుద్ధమునకు పిమ్మట ఆంధ్రుల సామ్రాజ్యాంతమునకెంత కాలమగునో దానిని విచారించవలెను. ఈ కాల నిర్ణయమును గురించి పురాణములు ప్రతి రాజును, ఆతడు పరిపాలించిన సంవత్సరములను చెప్పి, పిమ్మట రాజవంశము మొత్తమెంత కాలము పరిపాలించినది వివరించి అంతటితో తృప్తినొందక కాలక్రమానుసారము ప్రవచనములలోను, వ్రాతప్రతి వ్రాయునప్పుడు విద్వాంసులు కాని వ్రాయసకాని లోపములచేతను, వ్రాత ప్రతులచ్చొత్తించునప్పుడు దొర్లెడి దోషముల వలనను, గ్రంథమును సవరించి పరిష్కరించెడి పండితుల భావముల ననుసరించి సవరణలు జరుగుచుండుటవలనను గిలిగెడి లోటుపాటును గుర్తించి రాజవంశావళి కాలములను సరిచేసుకొనుట కనుకూలముగా నుండులాగున వెట్టి స్థితిగతులలోను పొరబాటభిప్రాయముల కెడమీయనట్టియు, ప్రకృతి సిద్ధముగానుండునట్టియు నొకలెఖ్ఖ

కూడను పురాణములలో నీయబడినది. దీనిని లోగడ చరిత్రకారులందరు యుపేక్షించి యుండిరి. అదియే సప్తర్షి మండలచలనము. దీర్ఘకాల లెఖ్ఖలను సరిచూచుకొనుటకే సప్తర్షి మండల చలనమును రాజవంశావళీ కాలముతో వరుసను గుర్తించుచు పురాణము పై వాక్యములను చెప్పి యున్నది. గనుక దాని ననుసరించి మనము భారత యుద్ధకాలమునుండి వరుసను రాజువంశావళుల కాలమును గుర్తించుదము.

సప్తర్షి మండలం "మఖ" లో ప్రవేశం	కలిపూర్వం	75	క్రీ॥పూ॥	3177
భారతయుద్ధము జరిగినకాలము	,,	36	,,	3138
(సప్తర్షులు మఖలో 39 సం॥ జరిగిన పిమ్మట భారతయుద్ధం పరీక్షిత్తు జననం)				
సప్తర్షి మండలం (అపసవ్య నడకతో ఆశ్లేషయందు ప్రవేశము)	కలిశం	26	,,	3076
సప్తర్షి మండలం భారతయుద్ధమునకు పిమ్మట "మఖ"లో గడిపిన సం॥లు కలిపూ॥ 36 + కలిలో 25 = 61 సం॥	క॥పూ॥ 36 ల॥ కలిశకం 25 వ॥		,,	31 7 ల॥ 3075

భారతయుద్ధమునకు పిమ్మట – అపసవ్యనడకతో సప్తర్షి మండల చలనమును గుర్తింపు.

వరుస సం.	నక్షత్రం పేరు	గడిపిన కాలం	కలిశక సం॥రము లగాయతు, వరకు కలి పూర్వా	క్రీ॥శక సం॥ములు లగాయతు, వరకు క్రీ॥ పూర్వం
(1)	మఖలో	61	36-కలి25	3137-3076
(2)	ఆశ్లేష	100	26- 126	3076-2976
(3)	పుష్యమి	100	126- 226	2976-2876
(4)	పునర్వసు	100	226- 326	2876-2776
(5)	ఆరుద్ర	100	326- 426	2776-2676
(6)	మృగశీర్ష	100	426- 526	2676-2576
(7)	రోహిణి	100	526- 626	2576-2476

బ్రాటోవరు			
(8) కృత్తిక	100	626- 726	2476-2376
(9) భరణి	100	726- 826	2376-3276
(10) అశ్వని	100	826- 926	2276-2176
(11) రేవతి	100	926-1026	2176-2076
(12) ఉత్తరాభాద్రా	100	1026-1126	2076-1976
(13) పూర్వాభాద్రా	100	1126-1226	1976-1876
(14) శతభిషం	100	1226-1326	1876-1776
(15) ధనిష్ఠ	100	1326-1426	1776-1676
(16) శ్రవణాలో	42	1468-1568	1634-1534
ప్రవేశించిన 42సం॥		(నందవంశ కాలం)	(నందవంశ కాలం)

తరువాత మహాపద్మనంద కాలము 1503 భారతయుద్ధమునకు పిమ్మట 1503 సం॥ములు జరిగిన పిమ్మట 1504 సం॥రములో మహాపద్మనంద పట్టాభిషిక్తుడై నూరు సం॥ములు భారతయుద్ధముకు పిమ్మట 1504-1604 వరకు అగసివంశము" నందన శ" మను పేర రాజ్యము చేసియుండిరి. (కలిశక విజ్ఞానము ద్వితీయభాగము "కలిరాజ వంశావళి" చూడుడు)

పై కలియుగ రాజ వృత్తాంతములో చెప్పబడిన

"శ్రవణేతే భవిష్యంతి కాలే నందస్య భూపతేః"

"మహాపద్మనందుని కాలములో సప్తర్షి మండలం శ్రవణములో నుండును" అను వాక్యము ప్రకారం సరిపోవుచున్నది.

పరీక్షితుని జననము లగాయతు మహాపద్మనందుని పట్టాభిషేక కాలముకు 1500 సం॥రములని చెప్పబడినవాక్యమున్నూ సరిపోవుచున్నది.

భారతయుద్ధము లగాయతు 24 నక్షత్రశతములో ఆంధ్రరాజ్యారంభ కాలమని పై శ్లోకములలో చెప్పబడినది. దానిని సరిచూచుచుంటిమి.

భారతయుద్ధములగాయతు ధనిష్ఠ ఆఖరుకు 1461 సంవత్సరములు లెక్కకువచ్చియున్నది.

వరుస సెం.	నక్షత్రం పేరు	గడిచిన కాలం	కలిశక సం॥రం లగాయతు వరకు	క్రీ॥శక సం॥ల లగాయతు వరకు. క్రీ॥ పూర్వం
	ధనిష్ఠ ఆఖరుకు	1461	1426 వరకు	1676 వరకు
(16)	శ్రవణం	100	1426-1526	1676-1576
(17)	ఉత్తరాషాఢ	100	1526-1626	1576-1476
(18)	పూర్వాషాఢ	100	1626-1726	1476-1376
(19)	మూల	100	1726-1826	1376-1276
(20)	జ్యేష్ఠ	100	1826-1926	1276-1176
(21)	అనూరాధ	100	1926-2026	1176-1076
(22)	విశాఖ	100	2026-2126	1076- 976
(23)	స్వాతి	100	2126-2226	976- 876
(24)	చిత్రలో	44	2269 ఆంధ్ర	833 ఆంధ్ర
	44 సం॥లో ఆంధ్ర		సామ్రాజ్య స్థాపనము	సామ్రాజ్యస్థాపనము

సామ్రాజ్యప్రారంభం 2305 భారతయుద్ధమునకు పిమ్మట 2305 వ, సం॥ ములలో సప్తర్షి మండలము మఖ నుండి పునర్వసువరకు 24 నక్షత్రమైన "చిత్రానక్షత్ర" శతమునకు వచ్చియుండగా ఆంధ్రసామ్రాజ్యము మగధయందు స్థాపింపబడినది.

(ఈ గ్రంథకర్తగారిచే రచింపబడిన "కలిశకవిజ్ఞానం. ద్వితీయ భాగము కలిరాజవంశావళి" గ్రంథమును చూడుడు.)

మహాభారతయుద్ధ సంవత్సరం లేక పరీక్షిజ్జనన సంవత్సరం నుండి మహాపద్మనందుని పట్టాభిషేకము వరకు 1504 సంవత్సరములు. అంతటి నుండి ఆంధ్రరాజ్యస్థాపనవరకు 800 సంవత్సరములు. వెరశి 2304 సం॥ రములు జరిగినవి. సప్తర్షి చలనము ననుసరించిన యీ లెక్క సరిగా సరిపోవుచున్నది.

సప్తర్షులు పునర్వసు నక్షత్రమునకు వచ్చునప్పటికి మహాగుప్తుల రాజ్యము క్షీణించిపోవును. అని చెప్పబడిన వాక్యమును సరిచూచుదము. మఖనుండి 24 వ నక్షత్రం స్వాతి ఆఖరుకు మొత్తం సం॥ ములు 2 61.

(ప్రారంభము	3261		
(24) చిత్ర	100	2226-2326	876-776
(25) హస్త	100	2326-2426	776-676
(26) ఉత్తర	100	2426-2526	676-576
(27) పూర్వఫల్గుణి	100	2526-2626	576-476
(28) మఖలో	39	2626 + 39	476- 39
(రెండవచుట్టులో		=2665	=437

(ప్రారంభం) 2700 సప్తర్షి మండలం భారతయుద్ధము లగాయతు అనగా మఖాశతములో 40 సంవత్సరము లగాయతు ఒకచుట్టు పూర్తి చేసుకొని తిరిగి మఖలోనికి వచ్చి 39 సంవత్సరములు తిరిగిన 2700 సం॥ రములు పట్టును. ఆప్రకారము కలి 2665 సం॥ రమునాటికి కలిపూర్వము అనగా భారతయుద్ధము కలి ప్రారంభంవరకు మఖలో గడచిన 36 సం॥ రములు కలుపగా 2700 సం॥ రములుగల యొకచుట్టు పూర్తిచేసికొని తిరిగి మఘాశతము 40 సం॥ రమున రెండవచుట్టు తిరుగ ప్రారంభించును. కలిశకం 2665 సం॥ రమునకు యొకచుట్టు పూర్తియగునాటికి యిరువది నాలుగవ ఆంధ్రరాజు "శివశాతకర్ణి" కలి 2641 లగాయతు 2669 వరకు రాజ్యము చేయుచుండినందున ఆతని కాలములో రెండవచుట్టు మఖలో ప్రారంభమగునని చెప్పబడిన పురాణవాక్యము అక్షరాల సరిపోవుచున్నది.

> "సప్తర్షయో మఘాయుక్తాః కాలే పారిక్షితే శతం।
> ఆంధ్రాంశే సచతుర్వింశే భవిష్యంతి మతేమమ॥"

అని చెప్పబడిన వాయు పురాణము. 99 అధ్యా 428 శ్లోక వాక్యమునకున్నూ అక్షరాల సరిపోవుచున్నది. అటు పిమ్మట 25 లగాయతు 32 వఱకుగల ఆంధ్రరాజులు 110 సం॥ రములు రాజ్యముచేసి యుండిరి. కలి 2665 + 110 = కలి. 2775 (క్రీ॥ పూ 327) వఱకు ఆంధ్రరాజ్యముండియున్నది. కలి 2775 (క్రీ॥ పూ॥ 327 సం॥)లో మహా గుప్తులు రాజులైరి. ఆంధ్రరాజులు ఏకమత్యమును గోల్పోయి సామ్రా

జ్యమును ముక్కలు ముక్కలుగాచేసి విభాగించుకొని యెవరికివారు స్వతంత్రులైరి. మహాగుప్తరాజులు మగధను విడిచి పాటలీపుత్రమున గుప్త చంద్రగుప్తుడును పిమ్మట ఆతని కుమారుడు సముద్రగుప్తుడు అయోధ్యయందును పట్టాభిషిక్తులై అచ్చటనుండి రాజ్యమును పరిపాలించి యుండిరి. ఇకను మనము సప్తర్షిమండల గమనము ననుసరించుదము.

ప్రారంభ	2665	కలి సం॥	క్రీ॥ పూ॥ సం॥రలు
(28) రెండవ చుట్టు మఖలో 40 సం॥ లగా॥ ఆఖరుకు	61	2665-2726	437-376
(29) ఆశ్లేష	100	2726-2826	376-276
(30) పుష్యమి	100	2826-2926	276-176
(31) పునర్వసు	100	2926-3026	176- 76

(క్రీస్తుపూర్వం 82 లో గుప్తరాజ్య మంతరించినది.)

సప్తర్షిమండలం తిరిగి (రెండవచుట్టులో) "పునర్వసు" నక్షత్రమునకు వచ్చినపుడు మహాగుప్తరాజ్యము అన్యాక్రాంతమగునని చెప్పబడిన

"యదా పునర్వసుం యాస్యంత్యేతే సప్తర్షయః పునః ।
తదా శ్రీ గుప్తవంశానాం రాష్ట్రం త్వన్యం గమిష్యతి॥"

అనెడి పురాణవాక్యము సరిగా సరిపోవుచున్నది.

మహాగుప్తరాజ్యము కలి 3020 సం॥రము క్రీ॥ పూ॥ 82 సం॥రములో అంతరించినది. ఆ కాలమున సప్తర్షులు పునర్వసు నక్షత్రమందుండి . (ఈ గ్రంథకర్తగారి కలిశక విజ్ఞానం ద్వితీయ తృతీయభాగములలో ఆంధ్ర, గుప్తవంశముల చరిత్రలు చూడుడు)

సప్తర్షిమండలం భారతయుద్ధము లగాయతు తిరిగిన రెండవ చుట్టులో పూర్వాభాద్రా నక్షత్రమునకు వచ్చునపుడు పిమ్మట రాబడిన గుప్తులయొక్క మగధరాజ్యము పాలరాజులను పొందును అని చెప్పబడిన వాక్యమును సరిచూచుకొందము.

			క్రీ॥పూ॥	క్రీ॥శ॥
(32) ఆరుద్ర	100	3026-3126		76- 24
(33) మృగశీర్ష	100	3126-3226	క్రీ. శ.	24-124
(34) రోహిణి	100	3226-3326	,,	124-224
(35) కృత్తిక	100	3326-3426	,,	224-324
(36) భరణి	100	3426-3526	,,	324-424
(37) అశ్వని	100	3526-3626	,,	424-524
(38) రేవతి	100	3626-3726	,,	524-624
(39) ఉత్తరాభాద్ర	100	3 26-3826	,,	624-724
(40) పూర్వాభాద్ర	100	3826-3926	,,	724-824

భుక్తి 39 సం॥ 3826 + 39 + కలి పూర్వం 36 = 3901 సం॥;
క్రీ. శ. 7 4 + 39 + 36 = 799 + 3102 = 3901 సం॥రములు.

సప్తర్షుల రెండవచుట్టులో 28 నక్షత్రం మఖలో శేషం 61 సం॥రములు. ఆశ్లేష ప్రారంభించి ఉత్తరాభాద్ర ఆఖరువరకు 11 నక్షత్రములకు 1100 సం॥రములు. పూర్వాభాద్రలో 39 సంవత్సరములు. (61 + 1100 + 39 =) వెరశి 1200 సం॥రములు. మొదటిచుట్టు కలి 2665 లో పూర్తిచేసి రెండవచుట్టులో పూర్వాభాద్ర 39 సం॥రముకు 1200 సం॥రములు జరిగినది. (కలి 2665 + 1200) = కలి 3865 కు కలి పూర్వం భారతయుద్ధకాలముకు గల కాలము 36 సం॥రములు కలువగా (3865 + 36 =) కలి 3901 సం॥రములు వచ్చును. భారతయుద్ధము నుండి 3901 సంవత్సరముల రాజవంశావళి మనకు సిద్ధమగుటయేగాక రాజవంశావళులకాలము వరుస క్రమముగా సిద్ధమగుచున్నది. భారత యుద్ధమునుండి క్రీస్తుశక ప్రారంభముకు 3138 సం॥రములు మినహాయించగా క్రీ॥ శ॥ 763 సం॥రము వచ్చును. అప్పటికి గుప్తరాజుల మగధ రాజ్యము వంగదేశ "పాలరాజు"లకు చేరునని పురాణము వివరించుచున్నది. వంగదేశమున "మొదటి గోపాల" అను పాలరాజు కలి 3864 - 3909 సం॥రములలో (క్రీ॥ శ॥ 763 - 807) బంగాళా దేశమును పాలించుచున్నట్లు చరిత్రకారులు వ్రాసినదానికిది సరిగా సరిపోవుచున్నది.

( )

క్రీ॥ శ॥ 762 లగాయతు 807 సం॥రములలో ఉజ్జయినీయందు భోజరాజుకు పిమ్మట వచ్చిన ఏడుగురిలో రెండవరాజు చివరకాలము క్రీ॥శ॥ 783 లగాయతు 763 వరకుగల కాలమున క్రీ॥శ॥ 762 సం॥రమునను మగధరాజ్యమును పాలరాజులు జయించిరి. భోజరాజుకు పిమ్మట రాబడిన ఏడుగురు రాజులలో ఆఖరురాజు "వీరసింహుడు" క్రీ॥ శ॥ 933-'93 వఱకున్నూ, వదవరాజు "గంగసింహుడు" క్రీ॥ శ॥ 1113-1193 వఱకును రాజ్యముచేసి మ్లేచ్ఛులతో జరిగిన "కురుక్షేత్ర" యుద్ధమున పృథ్వీరాజాదులతో సహా వీరమరణము నొందెను. (ఈ గ్రంథకర్తగారి "అగ్నివంశపు రాజులు" అను గ్రంథమును చూడుడు.) అటు పిమ్మట మహమ్మదీయులు, మహారాష్ట్రులు, బ్రిటిషువారు మొదలైనరాజ్యములు 1193 లగాయతు 1947 ఆగష్టు 15 తేదీవరకు జరిగియున్నవి. 1947 సం॥ర ఆగష్టునెల 15 తేదీనుండి స్వతంత్ర భారత మనతరించినది.

ప్రసిద్ధ చారిత్రక కాలములు

కలిశక ప్రారంభం: క్రీ॥పూ॥3102 ఫిబ్రవరి 20 తేది 2-27'-30" సెకండ్ల కాలమున

	కలిశకం	క్రీ॥ పూ॥
1. భారతయుద్ధము కలిపూర్వం	36	3138
2 యుధిష్ఠిర పట్టాభిషేకం	36	3138
3. పరీక్షిత్తు జననం	36	3138
4. మగధలో సోమాధిపట్టాభిషేకం [బార్హద్రథవంశం]	36	3138
5. బృహద్బలుని పట్టాభిషేకం [అయోధ్యరాజు భారతయుద్ధమునకు పిమ్మట]	36	3138
6. శ్రీకృష్ణ నిర్యాణం		3102
కలిశకప్రారంభం		3102
7. కలిశకం	1	3101

	కలిశకం	క్రీ॥ పూ॥
8. పరీక్షిత్తు పట్టాభిషేకం	1	310
9. జయాభ్యుదయ యుధిష్ఠిరశకం ["జయ యను] పేరున భారతగ్రంథరచన ప్రారంభింపబడిన సం॥రం	1	3101
10. యుధిష్ఠిరకాలము లేక లోకకాలము లేక సప్తర్షి శకము లేక లౌకికాబ్దప్రారంభం	26	3076
11. పరీక్షిత్తు మరణం; జనమేజయ పట్టాభిషేకం	60	3042
12. జనమేజయ దానశాసనపత్రం [ఇతని రాజ్యకాలం 29 సంవత్సరములో] [ఇండియన్ ఆంటిక్విటి .. 333–334చూడుము]	89	3013
13. ఆర్యభట్టు కాలము [జ్యోతిశ్శాస్త్రవేత్త]	360	2742
14. గొప్ప వ్యాకరణవేత్తలైన పాణిని, ఉపవర్షణ, కాత్యాయనులున్నూ, సూత్రకర్తలైన బోధాయన, ఆపస్తంబ, హిరణ్యకేశులున్నూ, గొప్ప నైఘంటికుడైన వ్యాది మొదలగు వారు కలి నాలుగవ శతాబ్దము లోపున నున్నట్లు కనుపించుచున్నది. ఇంకను పరిశోధనలు జరిపి సరియైన కాలనిర్ణయము చేయవలసియున్నది.	కలి ప్రా॥ నాల్గు శ॥ ల్లోగలదు.	31 లో 28 శ॥ ల్లోగలదు.
15. మగధరాజులలో బార్హద్రథ వంశమంతరించుట, ప్రద్యోతవంశము రాజ్యమునకు వచ్చుట—	970	2132
16. ప్రద్యోతవంశ మంతరించుట; శిశునాగవంశము రాజ్యమునకు వచ్చుట—	1108	1994
ఈ వంశములో బుద్ధునితో సమకాలిక రాజులు – 1. క్షేమజిత్తు, 2. బింబిసార. 3. అజాతశత్రు.	1210; 1250; 1288.	1892; 1852; 1814

	కలి	క్రీ॥ పూ॥
17. బుద్ధజననము. [క్షేమజిత్తు రాజ్యకాలములో]	1215	1887
బుద్ధుని సన్యాసము – [బింబిసారుని రాజ్యకాలములో]	1244	1858
బుద్ధ నిర్యాణము – [అజాతశత్రుని రాజ్యకాలములో]	1295	1807
18. శిశునాగవంశ మంతరించుట – నందవంశము-రాజ్యమునకు వచ్చుట— [రాజు మహాపద్మనంద]	1468	1634
19. నందవంశాంతము; మౌర్య వంశ ప్రారంభం. [చంద్రగుప్త మౌర్య]	1568	1534
బిందుసార	1602	1500
అశోకపట్టాభిషేకం	1630	1472
20. మౌర్యవంశాంతం; శుంగవంశ ప్రారంభము. [పుష్యమిత్రశుంగుడు]	1884	1218
21 పతంజలికాలము	1884	1218
22. శుంగవంశాంతః కాణ్వావంశారంభం– [వసుదేవకణ్వ]	2184	918
23. కాణ్వావంశాంతం; ఆంధ్రవంశం [శ్రీముఖ]	2269	833
24. మాలవగణశకము	2377	725
25. సైరసుశకము (ఉత్తర హిందూస్థానమున వాడబడినది]	2552	550
26. శ్రీశంకరుల జననం	2593	509
[సిద్ధినిబొందుట]	2625	477

	కలిశకం	క్రీ॥ పూ॥
27. శ్రీహర్షశకం – [ఉజ్జయినీరాజు]	2645	457
28. ఆంధ్రరాజ్య విభాగము; గుప్తవంశ ప్రారంభం. [గుప్త చంద్రగుప్తుడు]	2775	327
29. గుప్తశక ప్రారంభం	2775	327
30. అలెగ్జాండరు దండయాత్ర	2776	326
31. సముద్రగుప్తుని పట్టాభిషేకము	2782	320
32. గుప్తరాజ్యాంతము	3020	82
33. విక్రమార్కుని జననము; విక్రమార్కుని పట్టాభిషేకము [మాల్వారాజ్యము]	3000 3020	101 82
34. విక్రమశక ప్రారంభం	3044	57–58
35. వరాహమిహిర, కాళిదాసాది నవ రత్నములు.	3044	57
36. క్రీస్తుశక ప్రారంభం	3102	క్రీ॥శ॥ప్రారభం
37. శాలివాహన పట్టాభిషేకం శక ప్రారంభం	3179	క్రీస్తుశకం 78
38. భట్టోత్పలుడు [జ్యోతిశ్శాస్త్రవేత్త]	3439	338

(కోట వెంకటాచలంగారి కలిశకవిజ్ఞానం ప్రథమభాగం 71 పుటచూడుడు.)

	కలిశకం	క్రీ॥ శ॥
39. భాస్కరాచార్యులు – సిద్ధాంత శిరోమణి, లీలావతి గణితము, బీజగణితము, క్షేత్ర గణితము మొదలగు వానిని వ్రాసిన గొప్ప జ్యోతిశ్శాస్త్ర, గణితశాస్త్రవేత్త. (ఈతనికాల ప్రశంస కోట వెంకటాచలంగారి కలిశకవిజ్ఞానం ప్రథమభాగం 78 పుట లగాయితు చూడుడు)	3587	486

	కలిశకం	క్రీ॥ శ॥
40. భోజమహారాజు పట్టాభిషేకము	3739	638
41. మహమ్మదు గోరీతో జరిగిన కురుక్షేత్ర యుద్ధము	4295	1193
42. భారత స్వాతంత్ర్యావతరణం	5048	1947

భారతీయ సోదర చరిత్రకారులారా! మనము దైనికముగా యింతవరకు భారత చరిత్రలోపడిన పొరబాటులను తెలుసుకొని సవరించుకొందము. భారతదేశ చరిత్రకు యెంత అపకారము చేయనగునో అంత అపకారము చేయబడినది. అది బుద్ధిపూర్వకమా లేక పొరబడుట వలననా యను విచారణ యిప్పుడు మనకనవసరము. ఇప్పుడు మన పండితులు గొప్ప పరిశ్రమచేసి లోగడ జరిగిన లోపములనన్నిటి చూపుచున్నారు. ఇంతవఱకు మనకుండిన అభిప్రాయములను, ఆ తర్కవిధానమును వదలి భారత పండితుల నాదరించి వారివలన తెలిసికొందము! లేక మన స్వంతపరిశ్రమచే ప్రాచీన ఆర్షేయ విజ్ఞానమును భారత సాంప్రదాయానుసారముగా విమర్శించి చరిత్రను మనము వ్రాసుకొందము.

శ్రుతి :— "ఉత్తిష్ఠత, జాగ్రత, ప్రాప్యవరాన్నిబోధత॥"

తా॥ "నిద్రనుండి లేవండి. మేలుకొనండి. శ్రేష్ఠులైన పండితులను పొంది బోధింపబడండి." అప్పుడు సత్యము మీకు గోచరించును. అని శ్రుతిమాత మనలను మేల్కొలుపుచున్నది. భారతజాతి గత శతాబ్దమంతయు వంచింపబడినది. అవమానింపబడినది. తెలిసికొని సవరించుకొందము. అన్యోన్య సహకారముతో భారతీయ వాఙ్మయమును పరిశోధించి యథార్థ భారత చరిత్రను వ్రాసుకొందము!

యీ దిగువ ప్రాచీన పురుషుల కాలములు కలిశకం 5050 [క్రీ॥ శ॥ 1950] వరకు లెక్కించూపబడినవి.

ఏడవ మనువు అగు ప్రస్తుతము జరుగుచుండిన వైవస్వతమన్వంతరములో రాబడిన ప్రసిద్ధపురుషుల కాలగణనము.

అవతారములు	సౌరమానము ప్రకారం జరిగిన మానవ సం॥రములు
(1) మత్స్యావతార గతాబ్దాః	12,49,02,467
(2) కూర్మావతార గతాబ్దాః	12,07,00,469
(3) ఆది వరాహావతార గతాబ్దాః	10,58,05,872
(4) శ్రీ నరసింహావతార గతాబ్దాః	8,64,59,129
(5) శ్రీ వామనావతార గతాబ్దాః	4,40,45,050
(6) శ్రీ పరశురామావతార గతాబ్దాః	1,46,01,052
(7) శ్రీ రామావతార గతాబ్దాః	1,46,16,006
(8) శ్రీ బలరామ కృష్ణావతార గతాబ్దాః	5,050
(9) త్రిపుర సంహారణార్థం రాబడిన బౌద్ధావతార గతాబ్దాః (గౌతమబుద్ధుడు కాదు)	46,31,064
(10) రాబోవు కలికావతారమునకు జరుగవలసిన కాలము	4,36,962

శ్రీ రామావతార గతాబ్దములు 1,25,36,984 అని కొన్ని చోట్ల కలదు. పొరపాటుబడి యుండవచ్చును. దీనినే పంచాంగములలో చూపుచున్నారు. ఇది విచారణీయము.

చక్రవర్తులు గతించిన కాలములు :

(1) హరిశ్చంద్ర గతాబ్దాః	11,98,24,232
(2) నలచక్రవర్తి గతాబ్దాః	10,36,17,039
(3) పురుకుత్స గతాబ్దాః	9,36,17,039
(4) పురూరవ గతాబ్దాః	8,16,12,011
(5) సగర గతాబ్దాః	5,10,28,458
(6) శిబి గతాబ్దాః	4,14,80,314

గతించిన రాజుల కాలములు :

(1) అంబరీష గతాబ్దాః	4,08,31,044
(2) గయరాజ గతాబ్దాః	3,99,20,454
(3) పృథురాజ గతాబ్దాః	3,22,09,880
(4) యయాతి గతాబ్దాః	3,10,31,040
(5) శశిబిందు గతాబ్దాః	2,70,28,807
(6) మాంధాత గతాబ్దాః	2,84,40,177
(7) భగీరథ గతాబ్దాః	2,15,05,287
(8) భరతరాజ గతాబ్దాః (దుష్యంతునికొడుకు)	1,56,04,043
(9) దిలీప గతాబ్దాః	1,56,08,977
(10) రావణ గతాబ్దాః	1,46,27,042
(11) కార్తవీర్యార్జున గతాబ్దాః	1,35,47,153
(12) రంతిదేవ గతాబ్దాః	1,20,37,214
(13) నహుషాబ్దాః	1,12,25,500
(14) ఇంద్రద్యుమ్న గతాబ్దాః	49,894

సమాప్తము

"తత్సత్"

సవరణ

76 పుటలో 10 పంక్తిలో

రాజులసంఖ్య 9 కి బదులు 2 అని చదువవలెను.

కలియుగరాజ వంశములు

అనుబంధము

*

అగ్నివంశపు రాజులు

అగ్నివంశములు నాలుగు. (1) ప్రమర, (2) చయహాని, (3) శుక్ల, (4) పరిహార అను నాలుగువంశములవారు కలి 2710 సం॥ రం (క్రీ. పూ. 392 సం॥) లగాయతు కలి 4295 సం॥ (క్రీ॥ శ. 1193 సం॥) వఱకును సమకాలికులుగా ఆసేతుహిమాచలముగా గల యావద్భారత దేశమును పరిపాలించియుండిరి. అందు ప్రమరవంశపు రాజులలో ప్రముఖులగు వారలు (1) విక్రమాదిత్యుడు. కలి 3020 సం॥ లగాయతు కలి 3120 సం॥ వఱకు (క్రీ. పూ. 82 లగాయతు క్రీ శ. 18 వరకును), శాలివాహనుడు క్రీ॥ శ. 78 సం॥ లగాయతు క్రీ. శ. 138 వరకును భోజరాజు క్రీ. శ. 637_693 సం॥ వఱకును రాజ్యము చేసియుండిరి. ఆ ప్రకారము మిగత మూడు అగ్నివంశపు రాజులును వీరికి సమకాలికులుగా రాజ్యము చేసియుండి క్రీ. శ. 1193 సం॥ రమున మహమ్మదీయులతో జరిగిన స్థానేశ్వర యుద్ధమున యీ నాలుగు వంశముల రాజులును నశించిరి. అట్టి అగ్నివంశముల రాజవంశావళి కూడ నిందు చూపుట భావ్యమని తలచి దిగువ ఆ వంశావళి నిచ్చుచుంటిమి.

ప్రమరవంశపు రాజులు

వరుస నెం.	రాజులపేర్లు	రాజ్యం చేసిన కాలము	కలిశకం సం॥రములు		క్రీస్తుశక సం॥రములు
1.	ప్రమర	6	2710 2716 వరకు	క్రీ॥ పూ.	392—386
2.	మహామర	3	2716_2719	"	386—383
3.	దేవాపి	3	2719_2722	"	383—380
4.	దేవదూత	3	2722_2725	"	380—377

వరుస సం.	రాజులపేర్లు	రాజ్యం చేసిన కాలము	కలిశకం సం॥రములు		క్రీస్తుశక సం॥రములు
5.	ఉజ్జయినీనుండి పోయి శ్రీశైలములో రాజ్యం చేసిన రాజులకాలము	195	2725–2920	”	377—182
6.	గంధర్వసేనుడు	50	2920–2970	”	182—132
7.	శంఖమహారాజు	30	2970–3000	”	132—102
	శంఖునిమరణానంతరం తిరిగి గంధర్వసేనుడు	20	3000–3020	”	102— 82
8.	గంధర్వసేనుని రెండవ కుమారుడు "విక్రమాదిత్య" జననం కలి 3001 సం॥ పట్టాభిషేకం ఉజ్జయినీలో 3020 సం॥	100	3020–3120	క్రీ॥ శ.	82–క్రీ.శ. 19
9.	దేవభక్త	10	3120–3130	”	19 — 29
10,	చెప్పబడనిరాజు	49	3130–3179	”	29— 78
11.	శాలివాహనుడు	60	3179–3239	”	78—138
12.	శాలిహోత్ర				
13.	శాలివర్ధన				
14.	సుహోత్ర				
15.	హావిర్హోత్ర				
16.	ఇంద్రపాల	556	3239–3795	”	138–693–694
17.	మాల్యవాన్				
18.	శంభుదత్త				
19.	భౌమరాజు				
20.	వత్సరాజు				
21.	భోజరాజు				

22. శంభుదత్త			
23. బిందుపాల			
24. రాజపాల			
25. మహీనర			
26. సోమవర్మ	300	3795-4095	693—993
27. కామవర్మ			
28. భూమిపాల లేక వీరసింహ			
29. రంగపాల			
30. కల్పసింహ	200	4095-4295	993—1193
31. గంగసింహ			వరకు

చయుహాని వంశపు రాజులు

1. చయుహాని
2. తోమర(తోమరునిసోదరుడు)
3. సామలదేవ
4. మహాదేవ
5. అజయ
6. వీరసింహ
7. బిందుసుర
8. విక్రమ (వీరవిహాంతక)
9. మాణిక్యః
10. మహాసింహః
11. చంద్రగుప్తః
12. ప్రతాప (రెండవ చంద్రగుప్త)
13. మోహన
14. శ్వేతరాయ
15. నాగవాహ
16. లోహాధర
17. వీరసింహ
18. విబుధః
19. చంద్రరాజ
20. హరిహర
21. వసంతః
22. బలాంగః
23. ప్రమథ
24. అంగరాయ
25. విశాలః
26. సారంగదేవ
27. మంత్రదేవ
28. జయసింహ (ఈతడార్యావర్తమును జయించెను.)
29. ఆనందదేవ
30. సోమేశ్వరః
31. పృథ్వీరాజు

చాళుక్య వంశపు రాజులు

1. శుక్లః లేక చాళుక్య
2. విష్వక్సేనః
3. జయసేనః
4. విశేనః
5. మదసింహః
6. సింధువర్మః
7. సింధుద్వీపః
8. శ్రీపతిః
9. భుజవర్మః
10. రణవర్మః
11. చిత్రవర్మః
12. ధర్మవర్మః
13. కృష్ణవర్మః
14. ఉదయః
15. వాప్యకర్మః
16. గుహిలః
17. కాలభోజః
18. రాష్ట్రపాలః
19. జయపాలః
20. వేణుకః
21. యశోవిగ్రహః
22. మహీచంద్రః
23. చంద్రదేవః
24. మందపాలః
25. కుంభపాలః లేక వైశ్యపాలః
26. దేవపాలః. ఈతడు అనంగభూపతి కుమార్తెయైన "చంద్రకాంతిని" వివాహమాడెను. ఈ దంపతులకు జయచంద్రుడు, రత్నఖానలు డను యిద్దరు కుమారులు గలిగిరి. రత్నఖానలుని కుమారుడు లక్ష్మణుడు యుద్ధమందు నిహతుడయ్యెను.

27. జయచంద్రః ఈతడే రాణీసంయుక్తాదేవికి తండ్రి. పృథ్వీరాజుకు వైరి. మహమ్మదీయులతో కలిసి పృథ్వీరాజను సంహరించిన పిమ్మట మహమ్మదీయులు తన రాజ్యముమీదకు రాగా నదీజలములబడి మరణించెను.

పరిహార వంశపు రాజులు

(కలి 2710_4295 వరకు)

(కలింజరపురం - వంగదేశం)

1. పరిహార
2. గారవర్మ
3. ఘోరవర్మ
4. సువర్ణ
5. రూపణ
6. కారపర్మ

7. భోగవర్మ
8. కాలివర్మ (ఇతడు "కలికాతా" నగర నిర్మాణ మొనర్చెను)
9. కౌశిక
10. కాత్యాయన
11. హేమవతః
12. శివవర్మ
13. భావవర్మ
14. రుద్రవర్మ
15. భోజవర్మ ("భోజవర్మ అరణ్య ప్రదేశమున "భోజరాష్ట్రి మును" నిర్మించి పాలించెను)
16. గవవర్మ
17. వింధ్యవర్మ (తమ్మునికి రాజ్య మిచ్చి తాను వంగదేశమును పాలించెను)
18. సుఖసేన
19. బలాక
20. లక్ష్మణ
21. మాధవ
22. కేశవ
23. శూరసేన
24. నారాయణ
25. శాంతివర్మ (గంగా తీరంలో "శాంతిపురం" నిర్మించినాడు)
26. నదీవర్మ (గౌడదేశమును జయించి "పూరీ" నగరమును నిర్మించెను. ఈతని నుండి యీ వంశముకు "గంగవంశ" మని పేరు గలిగెను.)
(భవిష్య 3-4-4-27)
27. సారంగదేవ
28. గంగదేవ
29. అనంగ భూపతి
30. మహీపతి I.,
31. రాజేశ్వర
32. నృశింహ
33. రెండవ కలివర్మ, (ఈతడు మహారాష్ట్రమునుజయించెను.
(3-4-4-32)
34. ధృతివర్మ
35. మహీపతి II

వైశ్య వంశపు రాజులు
(థానేశ్వరము – రాజధాని)

1. పుష్పభూతి (ఈతనికి పిమ్మట
2. రాబడిన రాజులు
3. ముగ్గురు పేర్లు
4. తెలియలేదు)
5. నరేంద్రవర్ధన
6. తెలియదు
7. ,,
8. ప్రభాకర వర్ధన
9. రాజ్యవర్ధన (ఈతని సోదరుడు)
10. హర్ష వర్ధన శిలాదిత్య

పై వైశ్యవంశపు రాజులు పదిమందియు సగటున రాజు 1కి 80 సం॥ రములుగా తీసుకొనిన పదిమంది రాజులు 800 సం॥రములైనను రాజ్యము చేసియుందురు. క్రీ॥ శ. నాలుగవ శతాబ్ద మధ్యనుండి క్రీ॥ శ. ఏడవ శతాబ్దము మధ్యవరకు రాజ్యముచేసి యుండినట్లెంచవచ్చును.

పల్లవ, శక, కుషానుహూణరాజులు

ఇటీవల దొరుకబడిన తక్షశిలలోని శాసనములు, నాణెములను బట్టి కుషానురాజు లిచ్చట రాజ్యములు చేసినటుల తెలిసికొని వారిని భారతదేశ చరిత్రలో నెక్కించిరి. పశ్చిమోత్తర భారతమున వారు అల్పరాజ్యములను సంపాదించి అత్యల్పకాలము రాజ్యములు చేసిన రాజులై యున్నారు. కాని పాశ్చాత్య చరిత్రకారులు వారిని గొప్ప రాజులుగా ప్రదర్శించి భారత చరిత్రలో వారికి ప్రత్యేకస్థానమిచ్చి వారి చరిత్రలను విశేషించి పెంచి వ్రాసియుండిరి. గొప్ప భారత చక్రవర్తులై శకస్థాపకులైన విక్రమాదిత్య, శాలివాహను లసలే పుట్టలేదనియు అట్టి వారాకాలమున లేరనియు వాదించుచు వారిచే స్థాపితమైన విక్రమ శాలివాహనశకములను యీ కుషానురాజుల కంటగట్టి తప్పుచరిత్రలను వ్రాసియుండిరి. ఈ కుషానురాజు లెవరైనదియు, ఎచ్చటనుండి వచ్చినదియు, ఏ కాలములో నుండినదియు వీరికి సత్యముగా తెలియదు. వీరిచరిత్ర యనునదంతయు ఊహాగానమై యున్నది. శాసనములలో పేర్లుమాత్రముగలవు. ఆశాసనములలో వేయబడిన తేదీలేశకమునకు సంబంధించినవో తెలియవు. అందు వేయబడినవి వారిరాజ్యకాలమునకు సంబంధించిన సం॥రములుగాని లేక ఆకాలమున పశ్చిమోత్తర భారతమున (ఇప్పటి ఆఫ్గనిస్థానము) వాడబడిన శకముగాని కావచ్చును. అది పారసీకరాజైన సైరసుశకమై యున్నది. వరాహమిహిరుడు తన బృహత్సంహితలో సైరసుశకమును వాడియున్నాడు. కుషానురాజుల శాసనములలోని అంకెలు సైరసుశకమునకు సంబంధించినవిగా తీసుకొనిన యీ కుషానురాజులు క్రీ॥పూ॥ అయిదు, నాలుగు, మూడు, రెండు శతాబ్దములలోనుండి యుండవలెను. విక్రమ, శాలివాహనశకముల

నిగరగొట్టుటకుగాను యీ కుషానురాజులను పాశ్చాత్య పండితు లిటీవలి కాలమునకు తెచ్చి క్రీ॥ పూ. 58 సం॥రములోని విక్రమశకము మొదటి ఎజెస్ శకమనియు, శాలివాహనశకము కానిష్కుని శకమనియు స్థిరపరచుచు తమ మామూలు వ్రాతధోరణి ప్రకారము సందేహ వాక్యములతో చెప్పియుండిరి. (విక్రమశకము మొదటి ఎజెస్ అను రాజుచే స్థాపింపబడి యుండవచ్చుననియు క్రీ. శ. 78 సం॥లోని కానిష్కునిశకము ఇటీవల శాలివాహనశకముగా పేరు తబ్దీలు అయివుండ వచ్చుననియు యీ మొదలుగాగల సందేహావాక్యములతో వ్రాసి యుండిరి.) ఈ వ్రాతలరహస్యమంతయు విక్రమాదిత్య, శాలివాహనులు లేరని ప్రచారము చేయుటకై యున్నది. అందు నిమిత్తం యీ కుషాను రాజుల కాలము క్రీస్తుకు పూర్వాపరములుగల మొదటి శతాబ్దములలోనికి తేబడినది.

పల్లవ, శక, కుషానురాజుల వివరములు

1. పశ్చిమోత్తర భారతమున అల్పరాజ్యమును పరిపాలించిన పల్లవరాజు "గాండోఫరెస్సు" (Gondopharnes)	క్రీ॥ పూ॥ 48?-463
2. ౧ శకరాజు "పకోర్సు" (Pacores) కుషానురాజులు ౨ "కుజూలాకాడ్ పాసిస్" 3 "విమకాడ్ పాసిస్" యీ ముగ్గురురాజులు.	463-430 మధ్య కాలము
3. "కానిష్కుడు" రాజ్యపట్టాభిషేకము రాజ్యకాలము.	క్రీ॥ పూ। 430 సం॥ లగాయతు 370 స॥ల వరకు

www.ingramcontent.com/pod-product-compliance
Lightning Source LLC
LaVergne TN
LVHW020125220825
819277LV00036B/588
* 9 7 8 1 0 2 1 4 3 8 9 3 5 *